இந்தியச் சிறுகதைகள்

ஓர் அறிமுகம்

இந்தியச் சிறுகதைகள்

ஓர் அறிமுகம்

லஷ்மி சரவணகுமார்

எழுத்து பிரசுரம்

Title: Indhiya Sirukathaigal Or Arimugam
Author's Name: Lakshmi Saravanakumar

Published by Ezutthu Prachuram

Ezutthu Prachuram
(An imprint of Zero Degree Publishing)
No.75 & 76, I Floor, Kuppusamy Street,
Balaji Nagar, Padi,
Chennai - 600050

Website: www.zerodegreepublishing.com
E Mail id: zerodegreepublishing@gmail.com
Phone: 89250 61999

Ezutthu Prachuram First Edition: December 2025
ISBN: 978-93-47206-16-0
TITLE NO EP: 607

Rs. 200/-

Cover Design & Layout: Vijayan, Creative Studio
Printed at Manipal Technologies, India

சமர்ப்பணம்

மதிப்பிற்குரிய எழுத்தாளர் அ.முத்துலிங்கம் அவர்களுக்கு...

பொருளடக்கம்

முன்னுரை

பிராந்திய இலக்கியங்களை ஏன் வாசிக்க வேண்டும்?

'சமகால இந்தியச் சிறுகதைகளின் கதைக்களமானது, நம் நாட்டின் நிலவியல் மற்றும் சமூகவியல் வேறுபாடுகளைப் போலவே, மிக விரிவானதும், பன்முகத்தன்மை கொண்டதுமாக இருக்கிறது. ஒருவகையில், இதுவே ஒரு முழு உலகம் போல் உள்ளது.'

– சிசில்குமார் தாஸ்

கவிஞர் ஸ்ரீஷங்கரைப் பொறுப்பாசிரியராகக் கொண்டு நிலவெளி மாத இதழ் தொடங்கப்பட்டபோது என்னிடம் ஒரு தொடர் எழுதச் சொல்லிக் கேட்டிருந்தனர். நீண்ட காலம் சிறுகதைகள் எழுதாமலிருந்த அந்தக் காலகட்டத்தில் எனக்கு விருப்பமான இந்தியச் சிறுகதைகளை அந்தத் தொடரில் அறிமுகப்படுத்த விரும்பினேன்.

வெவ்வேறு கலாச்சார அடையாளங்களைக் கொண்ட புனைவுகளை வாசிக்கையில் அந்த வாழ்வின் ஒரு துளியைத் தெரிந்துகொண்ட நிறைவு கிடைக்கும். மலைகளையும், வனங்களையும் தேடிப் பயணிக்கும் எனக்கு அங்கு வாழும் மக்களின் வாழ்வைத் தெரிந்துகொள்ளும் ஆர்வம் இலக்கியங்களின் வழியாகவே கிடைத்தது. இந்தத் தொடருக்காகத் தேடி வாசித்தபோது ஒவ்வொரு நிலத்தின் தனித்துவமும் என்னை ஆச்சரியப்படுத்தியது. அதே சமயம் சுதந்திர இந்தியாவில் வெவ்வேறு காரணங்களுக்காக மக்கள் தொடர்ந்து வடக்கிலிருந்து தெற்கிற்கும் தெற்கிலிருந்து வடக்கிற்கும் இடம் பெயர்கிறார்கள்.

கடந்த காலத்தைக் குறித்த நினைவேக்கங்களே கலாசாரத்தின் அடையாளமென்று நினைப்பது பெரும்பாலான மாநிலங்களில் ஒரு நம்பிக்கையாக இருப்பதைப் பார்க்க முடிகிறது. ஒரே நேரத்தில் பழமையிலிருந்து விடுபடுவது குறித்த ஆர்வமும் மீளமுடியாத அளவிற்குப் பிணைப்பும் கொண்ட கதாபாத்திரங்களை ஏராளமான புனைவுகளில் பார்க்க முடிகிறது. காஷ்மீரி எழுத்தாளரான ஹரிகிஷனின் ‘ஞாயிறு ஒளி’ இதற்குச் சிறந்த உதாரணம். சற்றேறக்குறைய இதேபோன்றதொரு கதாபாத்திரத்தை எம்.முகுந்தனின் மையழிக் கரையோரம் நாவலிலும் பார்க்கலாம். இப்படி ஓரேவிதமான மனநிலை கொண்ட கதாபாத்திரங்களை வரிசைப்படுத்தினால் ஒவ்வொரு மொழியிலிருந்தும் நிறைய உதாரணங்களைச் சொல்லலாம். நீண்டகால காலனிய ஆதிக்கத்திலிருந்து விடுபட்ட நமக்கு இந்தப் புதிய நிலத்தில் எங்கு நம்மைத் தக்கவைத்துக் கொள்வது என்கிற குழப்பமும் கவலையும் நம் மனங்களில் குடிகொண்டிருப்பது மறுக்க முடியாத உண்மை.

ஒரு வங்காளச் சிறுகதையைத் தழுவி கௌதம் கோஷால் இயக்கப்பட்ட ‘பார்’ என்ற திரைப்படத்தில் பீஹாரில் ஒரு கிராமத்திலிருந்து அரசியல் காரணங்களுக்காகத் தப்பித்து கொல்கத்தா வரும் தம்பதிகள் அந்தப் பெருநகரில் வாழமுடியாமல் பசியோடும் வலிகளோடும் மீண்டும் ஊர் திரும்புவதைப் பேசி இருப்பார்கள். நகரங்களின் மீதான இந்த அச்சத்தை நீண்டகாலம் இந்திய இலக்கியங்கள் பிரதிபலித்திருப்பதைப் பார்க்க முடிகிறது. விதிவிலக்காக ஒரு சில எழுத்தாளர்களைச் சொல்லலாம். ஆனால் பெரும்பாலான எழுத்தாளர்களுக்கு வேகமாக நடந்த மாற்றங்களும் நகர்மயமாதலும் ஒவ்வாமையாகவே இருந்திருக்கின்றன. நகர்மயமாதலின் மீதான இந்த ஒவ்வாமையை எழுதுகிறவர்களின் சமூகப் பிண்ணனி இங்கு ஆய்வுக்குரியது.

மராத்தி மற்றும் கன்னட தலித் இலக்கிய எழுச்சிக்குப்பின் சொந்த ஊரிலிருந்து விடுபட்டு மைய நீரோட்டத்தில் கலப்பது குறித்த விவாதங்கள் முக்கியமானதாக மாறுகின்றன. அவர்களிடம் தங்களது கடந்த காலம் குறித்த நினைவேக்கங்கள் இல்லை. இந்த வேறுபாடு முக்கியமானது. புனைவிலக்கியத்தில் நிகழ்ந்த புதிய மாற்றங்களுக்கான தொடக்கம் இதுதான்.

டோக்ரி மொழியில் முதல் சிறுகதை நூல் 1948ம் வருடம்தான் பதிப்பிக்கப்பட்டது. அதேபோல் காஷ்மீரி மொழியில் 1955வரை

சிறுகதை நூல்கள் பதிப்பிக்கப்படவில்லை. 1970கள் வரை போடோ மொழிக்குச் சரியான எழுத்து வடிவம் அமைந்திருக்கவில்லை. இந்த மொழிகளில் எழுதப்படும் கதைகளை வாசிக்க வேண்டியது அவசியம். அவர்கள் மற்ற இந்திய மொழிகளிலிருந்து முற்றிலும் வேறுபட்ட கதைமொழியைக் கண்டடைந்திருக்கிறார்கள். இன்னொருபுறம் தொண்ணூறுகளுக்கு முன்பு வரை செழித்திருந்த டோக்ரி, மைதிலி, ராஜஸ்தானி என ஏராளமான மொழிகளில் இன்று எழுத்தாளர்களின் எண்ணிக்கை குறைந்து வருகிறது. வட்டார இலக்கியங்கள் சுவடில்லாமல் போவது ஆரோக்கியமானதல்ல. ஒற்றை மொழியில் சிந்திக்கும்போது அந்தந்த மொழிகளுக்கான தனித்துவம் அழிக்கப்படுவதோடு அவர்கள் தங்களது கலாச்சார அடையாளங்களையும் இழக்க நேரிடும்.

இந்தியாவில் பேசப்படும் மொழிகள் வேகமாகக் குறைந்து வருவது நிச்சயமாக ஆரோக்கியமான மாற்றம் அல்ல. பிரதேச மொழிகளைப் பேசிக்கொண்டிருந்த மக்களை ஹிந்தி மொழியைக் கற்க வைத்து அதிலேயே சிந்திக்க வைப்பதன் வழியாக அவர்களது மரபார்ந்த செய்திகளை மறக்கச் செய்துவிடுகிறோம். கடந்த காலத்தைக் குறித்த செய்திகள், ஒவ்வொரு நிலத்திற்குமான மருத்துவமுறைகள் என மொழிக்குள்ளிருக்கும் அறிவை ஆவணப்படுத்த வேண்டியது நம் கடமை. பிரதேச மொழி இலக்கியங்கள் தொடர்ந்து வளமோடு இயங்கும்போதுதான் அசலான இந்திய இலக்கியம் என்ற முழுமையை நாம் அடையாளம் காணமுடியும். வெவ்வேறு அடையாளங்களை வெளிப்படுத்தக் கூடிய புனைவுகளாயினும் சில அடிப்படைக் குணங்கள் எப்படி நம்மை ஓர் எல்லைக்குள் கட்டமைத்திருக்கிறது என்பதைக் கண்டுகொள்ளலாம்.

சிறுகதை என்னும் வடிவம் உயிர்பெற்ற ஒரு நூற்றாண்டிற்குள் இந்த வடிவத்தில் நிகழ்ந்திருக்கும் பெரும் பாய்ச்சல் வியத்தகு விஷயம்தான். கதைசொல்லியின் கவனத்தையும் உழைப்பையும் கோரக்கூடிய இவ்வடிவத்தில் எல்லா இந்திய மொழிகளிலும் குறிப்பிடத்தகுந்த சாதனைகள் நிகழ்ந்துள்ளன. உருது, மலையாளம், கன்னடம், வங்காளம், மராத்தி, தமிழ் ஆகிய மொழிகளில் சாதனையாளர்களின் எண்ணிக்கை கூடுதல் என்றும் சொல்லலாம். இந்தப் புனைவுகள் நமக்குப் புதிய நிலங்களையும் கலாசாரத்தையும் அறிமுகப்படுத்துவதோடு வாழ்வைப் பற்றிய விசாலமான பார்வையைத் தருகிறது. பெரும்பாலும் தமிழில்

மொழிபெயர்க்கப்பட்ட கதைகளையே இந்தத் தொடருக்காக வாசித்தேன். சில கதைகளின் மொழிபெயர்ப்பு மனநிறைவு தராத போது அவற்றை மீண்டும் ஆங்கிலத்தில் வாசித்தேன்.

கதைத் தேர்வுகளில் எந்த முன் தீர்மானங்களையும் வைத்துக்கொள்ள வில்லை. அதேபோல் காலகட்டத்தின் அடிப்படையிலும் எடுத்துக் கொள்ளவில்லை. எனது விருப்பத்திற்கு வாசித்தவற்றிலிருந்து சில கதைகளை மட்டும் எடுத்துக்கொண்டேன். உண்மையில் நீண்ட ஆய்வாகச் செய்திருக்க வேண்டிய வேலை. அப்படித்தான் எழுதவும் விரும்பினேன். எனது சோம்பேறித்தனமும் கவனச்சிதறலும் அந்தப் பெரிய வேலையைச் சுருக்கிவிட்டன.

இந்தத் தொகுப்பில் உன்னி ஆரின் 'காளிநாடகம்' குறித்து எழுதிய கட்டுரையையும் ஹன்ஸ்டா செளபேந்திராவின் சிறுகதை குறித்து எழுதிய கட்டுரையையும் சேர்க்க முடியவில்லை. இன்னொரு தனி நூலாக மேலும் சில சிறுகதைகள் குறித்து எழுத வேண்டுமென்பது எனது விருப்பம். வடகிழக்கு கதைகளைக் குறித்தும் உருது மொழிக் கதைகள் குறித்தும் மட்டும் தனித்தனியாக இரண்டு நூல்கள் எழுதும் திட்டமும் இருக்கிறது.

இந்தக் கட்டுரைகள் எழுதுவதற்கான தூண்டுதலாக இருந்த கவிஞர் ஸ்ரீஷங்கர் அவர்களை இவ்விடத்தில் நினைத்துப் பார்க்கிறேன். தமிழ் வாசகர்கள் பயன்பெறும் வகையில் பல்வேறு இந்திய மொழிகளின் சிறுகதைகளைத் தமிழில் மொழிபெயர்த்த மொழிபெயர்ப்பாளர்களை, நன்றியோடு நினைத்துக்கொள்கிறேன். இந்த நூலைச் செம்மையாக்கம் செய்ய உதவிய எழுத்தாளர் ஷாலினி அவர்களுக்கு நன்றி சொல்ல கடமைப்பட்டிருக்கிறேன். எனது நூல்களைத் தொடர்ந்து பதிப்பித்து வரும் ஸீரோ டிகிரி பதிப்பகத்தின் ராம்ஜீ மற்றும் காயத்திரி இருவருக்கும் எனது அன்பு. எப்போதும்போல் எனது வாழ்வை மகிழ்ச்சியானதாக வைத்திருக்கும் இயற்கைக்கும் கார்க்கிக்கும் எனது முத்தங்கள்.

- லஷ்மி சரவணகுமார்
சென்னை

1. கர்த்தார் சிங் துக்கலின் 'பௌர்ணமி இரவு'

புனைவெழுத்தாளர்களின் பார்வையில் இந்த உலகம் அசாதாரணமான நிகழ்வுகளும் மனிதர்களும் கலந்த தொகுப்பாகவே எப்போதும் தெரியும். அதிலும் சிறுகதைகள் எழுதுகிறவர்களுக்கு ரகசியக் கண்கள் இருப்பது போல் எனக்குத் தோன்றும். அபூர்வத்தின் உலகிற்குள் அவர்கள் வெகு எளிதாகச் சென்றுவிடுகிறார்கள். சாதாரணமானவை என நாம் தவறவிடும் ஒவ்வொன்றுமே ஒரு கதைசொல்லிக்கு ரகசியத்தின் சாவிகள். அதனால்தான் அவர்களுடைய கேள்விகளுக்குப் பதில்களும் அரிதாகவே கிடைக்கின்றன.

கால்வினோவின் 'தெரஸா என்று அழைத்த மனிதன்' கதையில் ஆளற்ற சாலையில் நின்று ஒருவன் தெரஸாவின் பெயரைச் சொல்லி சத்தமாகக் கூப்பிட்டுக்கொண்டிருப்பான். அதன் பிறகு வரும் மற்றவர்களும் ஏன் எதற்கு என்றே தெரியாமல் அதேபோல் கூப்பிடுவார்கள். பழக்கப்பட்டவற்றுக்குக் கட்டுப்பட்டவர்கள் என்பதை நுட்பமாகச் சொல்லும் இந்தக் கதை இரண்டு பக்கங்களுக்கும் குறைவானது. மனிதர்களின் பிசிறுகளைப் பைத்தியக்காரத்தனங்களை நுட்பமாகக் காண்பது சிறுகதை எழுத்தாளர்கள் என்றே சொல்ல வேண்டும்.

இலக்கிய வகைமைகளில், வேறு வடிவங்களுக்கு இல்லாததொரு தனித்துவமும் வசீகரமும் சிறுகதைகளுக்கு உண்டு. புனைவு வகையில் சிறுகதைகள் மட்டுமே எழுதி உலகம் முழுக்கச் சிறந்த புனைவெழுத்தாளர்களாக அறியப்பட்ட ஏராளமானோரை நாம் வாசித்திருக்கிறோம். போர்ஹே, ரேமண்ட் கார்வர், செகாவ், எட்கர் ஆலன் போ, ஆலிஸ் மன்றோ, தமிழில் புதுமைப்பித்தன், திலீப்குமார் வரை இந்த வரிசை நீள்கிறது. காலம் கடந்து இவர்களின் கதைகள் மீள்வாசிப்பு செய்யப்படுகின்றன - கொண்டாடப்படுகின்றன.

நாவலாசிரியரைப் போலவோ, கவிஞரைப் போலவோ அல்லாமல் சிறுகதை எழுத்தாளருக்கு வடிவம் சார்ந்து புதிய முயற்சிகளைச் செய்து பார்ப்பதற்கான சாத்தியங்கள் அதிகம் உண்டு. ஒரு கதையை அவனால் சிக்கனமாகச் சொல்லவும் முடியும், தேவைப்படும்போது விரிவாக எடுத்துச் செல்லவும் முடியும். சலிப்பூட்டக்கூடிய வாழ்வின் மிகச் சாதாரணமான சம்பவத்தைக்கூடக் கதையாக்கும்போது சுவாரசியப்படுத்த முடியும். ரேமண்ட் கார்வரின் கதை ஒன்றில், சலிப்பான வாழ்க்கையை வாழும் ஒரு தம்பதி, பக்கத்து வீட்டுக்காரர்கள் ஊருக்குச் செல்லும்போது அவர்கள் வீட்டு நாய்க்கு உணவளிக்கும் பொருட்டு தற்செயலாக அந்த வீட்டிற்குள் செல்கிறார்கள். தங்களைவிடவும் சிறப்பான வாழ்க்கையைப் பக்கத்து வீட்டுக்காரர்கள் வாழ்வதாக இவர்கள் நம்புகிறார்கள். அந்த வீடு இவர்களை மயக்குகிறது. இனம்புரியா கிளர்ச்சியை அந்த வீட்டில் அவர்கள் உணர்கிறார்கள். ஒவ்வொருமுறையும் அந்த வீட்டிற்குள் சென்று திரும்பும்போது சிலமணி நேரங்கள் கடந்துவிடுவதை அவர்களால் நம்பவே முடியவில்லை. கதையின் இறுதியில், ஒருநாள் அவர்கள் அந்த வீட்டிற்குள் இருக்கையில், கதவை வெளியே மூடி சாவியை மறந்திருப்பது புரிவதோடு கதை முடிகிறது. சலிப்பானதென நாம் கடந்து செல்லும் எல்லாவற்றையும் ஒரு சிறுகதையாசிரியன் மர்மம் நிறைந்ததாகவும் சுவாரசியமானதாகவும் மாற்றிவிடக்கூடும். ஒரு கவிஞனுக்கோ, நாவலாசிரியனுக்கோ இந்தச் சுதந்திரம் இருப்பதில்லை. சிறுகதை எழுத்தாளர்களுக்கு, வேறு வகைமை எழுத்தாளர்களுக்கு இல்லாத சுதந்திரங்களும் சவால்களும் உண்டு.

சிறந்த சிறுகதைகள் குறித்த அறிமுகங்கள், தேர்ந்தெடுத்த கதைகளின் தொகுப்புகள் என்று தமிழ் இலக்கிய உலகில் அவ்வப்போது

புத்தகங்கள் வந்த வண்ணம் இருக்கின்றன. அந்த வகையில், சிறந்த இந்தியச் சிறுகதைகள் குறித்த ஓர் எளிய அறிமுகமே இந்தப் பகுதி. நூற்றாண்டுகால இந்தியச் சிறுகதைகளில் சிறந்தவை என்று சிலவற்றை மட்டும் வகைப்படுத்திவிட முடியாது. அதனால் இந்த அறிமுகம் அதில் சிறுதுளி மட்டுமே. அவரவர் வாசிப்பின் வழியாகத்தான் தங்களுக்கு விருப்பமானதைத் தேடிக் கண்டடைய முடியும். என் தேடலில் கிடைத்த அரிய பொக்கிஷம் போன்ற சில சிறுகதைகளை இங்கு நான் கோடிட்டுக் காட்டியிருப்பது, ஒரு நினைவுபடுத்தல், ஒரு பகிர்தல் என்று சொல்லலாம்.

பஞ்சாபி இலக்கியத்தின் தலைசிறந்த எழுத்தாளர்களில் ஒருவர், கர்த்தார் சிங் துக்கல். 500க்கும் மேற்பட்ட சிறுகதைகளை எழுதியுள்ள இவர், 1965ம் வருடம் தனது 'இக்சித் சநான் தி' என்ற சிறுகதைத் தொகுப்பிற்காக சாகித்ய அகாதெமி விருது பெற்றுள்ளார். 'பத்மபூஷன்' உட்பட, இந்திய அரசின் கௌரவத்திற்குரிய ஏராளமான விருதுகளைப் பெற்றுள்ள துக்கலின் கதைகள், இந்திய மரபையும் செவிவழிக் கதைகளையும் உள்வாங்கியிருப்பதோடு கவித்துவமான மொழியிலும் எழுதப்பட்டவை.

இவரது சில கதைகளை சாகித்ய அகாதெமி 'பௌர்ணமி இரவு மற்றும் கதைகள்' என்ற தலைப்பில், லதா ராமகிருஷ்ணனின் மொழிபெயர்ப்பில் தமிழில் வெளியிட்டுள்ளது. இந்தத் தொகுப்பில், எந்தக் கதையை வேண்டுமானாலும் திறந்து வாசிக்கலாம். மிகச் சிறந்த கதைகளின் தொகுப்பு இது. இதிலுள்ள நாற்பது கதைகள், வெவ்வேறு காலகட்டங்களில் எழுதப்பட்டவையாக இருப்பினும் தேர்ந்த சொல்முறையாலும் கதைகளின் இறுக்கமான பின்னணியாலும் மகத்தான வாசிப்பனுபவத்தை நமக்குத் தருகின்றன.

கவிதைகளும் பார்சி நாடகங்களும்தான் தன்னை எழுத்து நோக்கி நகர்த்தியதாக துக்கல் கூறுகிறார். இந்த இரண்டு வடிவங்களும் அவருடைய சிறுகதைகளைச் செழுமைப்படுத்துவதை அந்தக் கதைகளை வாசிக்கையில் புரிந்துகொள்ள முடியும்.

தனது சாகித்திய அகாதெமி உரையில், "இந்த இலக்கிய வடிவம் எனக்குள்ளிருந்த கவிஞன், நாடகாசிரியன் என்ற இருவரையும் திருப்தி செய்தது. கவிதையைப்போல், சிறுகதைக்கும் நீள வரையறை உண்டு. அதனுடைய நிகழ்வைப் பொறுத்தவரை

சிறுகதை, நாடகத்திற்கு நெருக்கமாக உள்ளது. அது நுட்பமானதும், குறிப்பாக உணர்த்துவதும், இறுக்கமான கட்டமைப்பும் கூடியதாக அமைந்திருக்கிறது. கருத்தளவில் கவிதைத்தன்மை கூடியதாகவும் சித்திரிக்கும் விதத்தில் நாடகத் தன்மை கொண்டதாகவும் சிறுகதை விளங்குகிறது," என, சிறுகதை இலக்கியம் குறித்து துக்கல் தெளிவாகக் குறிப்பிட்டிருக்கிறார்.

அவரது கதைமொழி தனித்துவமான கவிதைத் தன்மை கொண்டது. கதையின் ஒவ்வொரு சொல்லையும் கவனமாக எழுதக்கூடியவர். அவர் கதாபாத்திரங்கள் நாடகிய உணர்வெழுச்சிகளை வெளிப்படுத்துவதுபோல் இருந்தாலும் கதாபாத்திரங்களின் குணநலன்களிலும் கதையின் போக்கிலும் நாடகத் தன்மை அதாவது மிகைப்படுத்தல் என்பது துளியும் இருக்காது.

'சமேலி' என்ற கதையில் வரும் கதையின் மையப் பாத்திரமான சமேலி, தன் எஜமானர் குறித்தும் அவரது குடும்பம் குறித்தும் நிறைய விஷயங்களைப் பகிர்ந்துகொள்கிறார். ஒரே வளாகத்திலிருக்கும் இரண்டு குடும்பங்களின் நேரெதிர் வாழ்வைப் பேசும் இந்தக் கதையின் தொடக்கத்திலிருந்து முடிவுவரை அந்த எஜமானர் ஓர் இடத்தில்கூட அவளைப் பொருட்படுத்திப் பார்ப்பதில்லை. ஆனால் கதையின் இறுதிப் பகுதியில், ஹோலி பண்டிகைக் கொண்டாட்டத்தின்போது உற்சாகமாக சமேலி, அந்த வீடு முழுக்க ஓடுகிறாள். ஒரு கட்டத்தில், வெண்ணிற ஆடைகளோடு தன் வீட்டு வாசலில் நின்றிருக்கும் எஜமானரின்மீது தயங்காமல் வண்ணப்பொடிகளைப் பூசுகிறாள். அவர் பதறி விலகும்போதும் விடாமல் அவர்மீது கலர் பூசுகிறாள். கதையின் தொடக்கத்திலிருந்தே சமேலி என்ற பாத்திரத்தின் செயல்கள் கதையின் போக்கிலும், இறுதிப் பகுதியானது அரங்கில் நிகழும் காட்சியைப் போலும் மாறுகிறது.

காட்சியமைப்பு போன்ற அந்த உணர்வு, ஒருவிதத்தில் கதையை அழகூட்டவே செய்கிறது. துக்கலின் மிகப்பெரிய பலம், அவர் உருவாக்கும் கதாபாத்திரங்கள். இந்தியா-பாகிஸ்தான் பிரிவினையின் பின்னணியில் இவர் எழுதிய கதைகளில், 'கடத்தப்பட்டவள்', 'குல்ஸீம்' என்ற இரண்டு கதைகள் முக்கியமானவை. வன்முறைகள் பெண்களையே அதிகம் சிதைக்கின்றன என்பது வரலாறு நமக்குச் சொல்லும் செய்தி.

ஒரு புனைவெழுத்தாளர், வரலாற்றின் ஆன்மாவை நெருங்கிச் சென்று பார்க்க வேண்டிய தேவை உள்ளது. துக்கல் தன் கதைகளில் அதைச் செய்கிறார்.

'கடத்தப்பட்டவள்' கதையில், இஸ்லாமியரால் கடத்தப்படும் ஒரு பாகிஸ்தானி இந்து பெண்ணின் கதையைச் சொல்பவர், குல்ஸீம் கதையில், ஓர் இஸ்லாமியப் பெண்ணின் கதையை எழுதுகிறார். குல்ஸீம் நமக்கு மறைமுகமாக உணர்த்தும் மனித மனதின் குரூரம் பயங்கரமானது. ஒரு கிழவன், ஒரு பள்ளி ஆசிரியனுக்குப் பட்ட கடனைத் தீர்ப்பதற்காக குல்ஸீமைப் பரிசாகக் கொடுக்கிறான். அவள் பிரிவினை கலவரங்களில் தன் உறவுகளை இழந்தவள்.

அவள் அழகின் பேரொளியில் மயங்கும் அந்த ஆசிரியருக்கு அவளைக் கண்டதுமே கிளர்ச்சி உடலை நிறைக்கிறது. அவளைத் தீண்ட நெருங்குகிறவனிடம், "முதலில் என்னைத் திருமணம் செய்துகொள். எனக்குத் திருமணம் செய்ய நிச்சயிக்கப்பட்டவன்கூட உன்னமாதிரி உயரமான அழகான மனிதன்தான்" என்று கெஞ்சுகிறாள். அவன், அவளை அடைவதை மட்டுமே இலக்காகக் கொண்டு நெருங்க, அவள் அவனை மறுத்து விலக, ஒருகட்டத்தில் எரிச்சலுடன் அவன் வெளியேறுகிறான்.

கோபத்துடன் அவன் வெளியேறியதைக் கவனிக்கும் கிழவன் உள்ளே செல்கிறான். அந்தப் பெண்ணின் அலறல் மட்டும் வெளியே ஒலிக்கிறது. சில நிமிடங்களுக்குப் பின் வெளியே வரும் அவன், 'இப்போ போங்க சம்மதிப்பா' என்கிறான். கதை இந்த இடத்தில் நம்மை திடுக்கிட மட்டும் செய்யவில்லை, மனித மனம், எல்லா வயதிலும் வன்முறையைத் தனக்குள் ரகசியமாக ஒளித்து வைத்துள்ளதை நுட்பமாக வெளிப்படுத்துகிறது. சிக்கனமான வார்த்தைகளில் இதுபோன்ற இடங்களை அவர் கடந்துசெல்வதுதான் அவர் எழுத்தின் சிறப்பம்சமாக இருக்கிறது.

வாசகரைத் திக்குமுக்காடச் செய்யும் உத்திகள் எதையும் வலிந்து திணிக்காமல் யதார்த்தத்தின் பிரதிபலிப்பாகக் கதையைச் சொல்வதில் அதே அதிர்வைச் சாத்தியப்படுத்துகிறார் துக்கல். ஒரு பத்திரிகையாளனின் அறிக்கையாகவோ, செய்தியாகவோ இல்லாமல் சிறந்த கதையாக குல்ஸீம் மாறுகிறது.

அடுத்து 'பௌர்ணமி இரவு' என்ற கதை. சொல்லப்பட்ட விதத்திலும் கையாண்டிருக்கும் விஷயத்தின் ஆழத்திலும், சிறந்த

இந்தியக் கதைகளின் வரிசையில் வைக்கக்கூடிய இடத்தை அடைந்துவிடுகிறது. எல்லா மகன்களும் கடைசியில் தம் தந்தைகளாகின்றனர் என்று ஒரு நம்பிக்கை நம்மிடையே உண்டு. இந்தக் கதை, அதன் வேறொரு வடிவத்தைப் பேசுகிறது. 'மாலாவும், மினியும் அம்மா மகள் என்பதை யாருமே நம்பவில்லை. அவர்கள் பார்ப்பதற்கு அக்கா தங்கைகளைப் போலவே இருந்தனர்' என்று தொடங்கும் இந்தக் கதை, முதல் வரியிலேயே ஒரு முரணை நம்முன் வைக்கிறது.

தாயைப்போன்ற மகள், இருவரும் இளமையான, அழகான தோற்றமுடையவர்கள். தன்னையொத்த இளமையுடனான தாயை மகள்களும், தந்தையை மகன்களும் உள்ளூர அவ்வளவு ரசிப்பதில்லை. இந்தக் கதையில் மகளுக்கு அம்மாவின்மீது அளவில்லாத அன்பு இருக்கிறது. அவளுக்கு இன்னும் ஒரு வாரத்தில் திருமணம் வேறு. ஆனால் இப்படியான நிலையில்தான் அம்மாவிற்கு, தனக்கு இத்தனை வயதாகிவிட்டதா? என்கிற கவலை எழுகிறது. இத்தனை காலம் தன் வாழ்வில் எந்தச் சந்தோசத்தையும் அனுபவித்திராத அவள், தன் திருமண வாழ்வில் சந்தோசமாக இல்லை என்பதுதான் அடுத்த முரண்.

மணப்பெண் அலங்காரத்தில் மகளைக் காண்கிற போதெல்லாம் அம்மாவிற்கு மனம் ஏங்குகிறது. கையில் மருதாணியும் வளையல்களும் போட்டுக்கொள்ள மனம் பரபரக்க, இரவில் எல்லோரும் உறங்கியபின் மகளின் வளையல்களை எடுத்துப் போட்டுக்கொள்கிறாள். மகளின் பருவத்தில் தான் இருப்பது போன்ற நிறைவு அவளுக்கு. தன்னை நீண்டகாலமாக நேசிக்கும் ஒரு மனிதனின் நினைவு வர அவள் சஞ்சலப்படுகிறாள். ஒவ்வொரு வருடத்தின் தை மாதப் பௌர்ணமி தினத்தில், அவளுக்காக அவன் இப்போதும் வருவதுண்டு. அதைப்பற்றி நினைத்துக் கொண்டிருக்கும்போதே அன்றுதான் தை பௌர்ணமி என்பது நினைவுக்கு வருகிறது. அவசரமாகச் சென்று கதவைத் திறக்கிறாள். தூரத்தில் வயல்வெளியின் நடுவே அவன், அவள் வீட்டையே பார்த்தபடி நிற்கிறான். அவள் தயக்கமோ, யோசனையோ இல்லாமல் செல்கிறாள். அவனோடு உறவு கொள்கிறாள்.

மகளின் திருமணத்தை வைத்துக்கொண்டு ஒரு பெண்ணால் இதைச் செய்யமுடியுமா? அதுவும், இந்தக் கதை எழுதப்பட்ட

காலகட்டம் எழுபது வருடங்களுக்கு முன்பு. அதோடு, கதை நிகழ்வதும் பஞ்சாபின் சிறிய கிராமத்தில். இந்தக் கேள்விகள் எல்லாவற்றையும் மாலா என்ற அந்தப் பெண்ணின் கதாபாத்திரம் மீறி நிற்கிறது.

அடுத்த நாள் அவள் அயர்ந்து உறங்குகிறாள். 'மரணத்தைப் போன்றதொரு அசாத்தியமான உறக்கமென' துக்கல் எழுதுகிறார். சொல்லப்போனால், அவளுக்கு இந்த விடியல் மறுபிறப்பு என்பதுபோல் இருந்தது. உறவினர் பெண் ஒருவள் வந்து மாலாவுடன் சண்டை போடுகிறாள். 'உன் மகள், நேற்று இரவு வேறு ஓர் ஆணுடன் வயல்வெளியில் சல்லாபம் செய்தாள் எனும்போது மாலாவுக்கு தூக்கிவாரிப் போடுகிறது. அவளைத் தொடர்ந்து, ஊர்க்காரர்கள் வேறு சிலரும் வந்து சண்டை போடுகிறார்கள். மாலாவுக்கு எல்லாமே அதிர்ச்சிக்கு மேல் அதிர்ச்சி ஏற்படுத்த இறுதியில் வரும் ஊர்த் தலைவர் அவளின் உடைந்த வளையலையும் எடுத்து வந்து தூக்கிப் போடுகிறார் "உன் மகள் ஒழுக்கம் கெட்டவள் திருமணத்தை நிறுத்தியே ஆகவேண்டும்" என்கிறார்.

அவர்கள் சொல்லும் எதற்கும் பதில் சொல்லமுடியாதவளாக மாலா ஸ்தம்பித்துப் போயிருக்கிறாள். மகள், எல்லோரின் முன்னாலும் வந்து நிற்கும்போது வளையல்களை எண்ணுகிறார்கள். ஒரு வளையல் குறைகிறது. அந்த வளையல்களை அவள் வாங்கும்போது ஊர்க்காரப் பெண்கள் எல்லோரும் பார்த்திருந்ததால் அவளேதான் என்று உறுதியாக நம்புகிறார்கள். இந்தக் கதையின் முடிவில் மகள், தன் தாய் குறித்து என்ன நினைக்கிறாள் என்பதையோ, தாய் என்ன சொல்கிறாள் என்பதையோ துக்கல் சொல்லவில்லை.

திருமணத்திற்கு முன்பு ஓர் இளம்பெண், வேறொரு ஆடவனுடன் உறவு கொள்கிறாள் என்பதைக் கதைக்குள் இருப்பவர்களுக்கான முரணாகவும், மகளின் இடத்தில் தாயின் விரக தாபத்தைப் பேசியிருப்பதை வாசிக்கிறவர்களுக்கான முரணாகவும் கச்சிதமாக எழுதியுள்ளார். கதை சொல்லலின் புதிய சாத்தியங்களைச் செய்துபார்க்கவும், மனித மனத்தின் ஆழங்களில் புதைந்திருக்கும் சஞ்சலங்களைத் துல்லியமாகப் படம்பிடித்துக் காட்டுவது துக்கலின் எழுத்தின் சிறப்பாக இருக்கிறது. தன் கதாபாத்திரத்தின் செயல்குறித்த தீர்வுகளுக்கோ, முடிவுகளுக்கோ அவர் செல்ல

விரும்பவில்லை. மனித மனத்தின் ரகசிய ஆசைகள் அவர்களையும் மீறி வெளிப்படுவதையே துக்கல் எழுதுகிறார்.

முதலிலேயே குறிப்பிட்டதுபோல், மேடை நாடகத்திற்கு நெருக்கமாக இருப்பதாகத் தோன்றும் இந்தக் கதை, கடைசியில் அந்த எல்லையையும் மீறி நிற்கிறது. எழுதுகிறவனுக்கும் வாசிக்கிறவனுக்குமான அந்தரங்கமான ஒரு பிணைப்பை உருவாக்கும் விதமான கதை இது. இந்தக் கதை, மாலாவின் தாபத்தைத்தான் பேச விழைகிறது என்பதை, கதையின் தொடக்கத்தில் வைத்த முரணில் கொண்டுவந்து நிறுத்தும்போது இது ஓர் அசாதாரணமான கதையின் உயர்வைத் தொடுகிறது.

ஒழுக்க மதிப்பீடுகள் குறித்து நமக்குள் எவ்வளவு பேசப்பட்டாலும் மனித வாழ்வு ரகசியங்களால் ஆனது. தனக்கு மட்டுமே புலப்படும் ரகசியங்களை ஒவ்வொரு மனிதனும் பாதுகாத்து வைத்திருக்கிறான். குறிப்பாக உடல் தேவைகள் சார்ந்த தேவைகளில் நாம் எது சரி எது தவறென எந்த முடிவுகளுக்குள்ளும் செல்ல முடியாது. ஆண்கள் தங்கள் ஆசைகளுக்காக எந்த எல்லை வரையும் செல்ல முடிவது போல பெண்களால் முடிவதில்லை. வெளிப்பார்வைக்கு அவர்கள் கல்வியிலும் வேலைகளிலும் வேகமாக முன்னேறி வந்துவிட்டதாகத் தோன்றினாலும் பெரும்பாலும் ஆண்களின் விருப்பங்களுக்குக் கட்டுப்பட்டவர்களாக இருக்கிறார்கள். அவர்களின் உழைப்பையும் உடலையும் சுரண்டுவதுதான் தொடர்ந்துகொண்டிருக்கிறது.

சமூக வலைதளங்களில் தங்களுக்கு லைக் விழுவதில்லை என ஏராளமான பெண்கள் கண்ணீரோடு பதிவிடுவதைப் பார்க்கையில் ஒரு பக்கம் கேலியாக இருந்தாலும் அவர்கள் சின்னதொரு அங்கீகாரத்திற்காகத் தவிப்பதுதான் அதன் அடிநாதம் என்று புரியும்போது அந்த வலி நமக்குப் புரியாமலில்லை.

சில மாதங்களுக்கு முன் ஒரு நண்பரின் வீட்டிற்கு உணவருந்தச் சென்றிருந்தேன். உணவுண்டு கொண்டே பேசிக்கொண்டிருக்கையில் நண்பரின் மனைவியிடம், “சாப்பாடு நல்லா இருக்குங்க” என யதார்த்தமாகச் சொல்ல, அவர் சந்தோசமாகச் சிரித்தபடியே “பதினஞ்சு வருஷமா இந்த வீட்ல சமைக்கிறேன், இன்னிக்கித்தான் இந்த வார்த்தைய முதல் தடவையா கேக்கறேன்” என்றார். அது ஆற்றாமையின் வெளிப்பாடோ கோவமோ அல்ல, ஆண்கள்

தங்களோடு இருக்கும் பெண்களை எவ்வாறு நடத்துகிறார்கள் என்பதன் மீதான விமர்சனம்.

இந்தக் கதையில் மாலாவும் நிறைகுறைகளைத் தாண்டித்தான் வாழ்கிறாள். யாரிடமும் எந்தக் கேள்விகளும் வருத்தங்களும் அவளுக்கு இல்லை. ஆனால் அவள் அவளாக ஒருநாள்கூட வாழவில்லை என்ற ஏக்கம்தான் அந்த பௌர்ணமி இரவின் அழைப்பை அவளை ஏற்க வைக்கிறது. உண்மையைச் சொல்லப்போனால் கதைகளை விடவும் ரகசியமானது நம் வாழ்க்கை.

★★★

2. இஸ்மத் சுக்தாயின் 'இரண்டு கைகள்'

'தெளிவற்ற சிந்தனை தெளிவற்ற வெளிப்பாடாகவே இருக்கும்.'

- ருஷ்ய முதுமொழி.

உருது இலக்கியத்தின் தனிப்பெரும் அடையாளமென இஸ்மத் சுக்தாய் அவர்களைச் சொல்லலாம். ஒரு சமூகத்தின் மரபான சிந்தனைகளில் இருந்து தன்னை முழுவதுமாகத் துண்டித்துக்கொண்டு மாற்றங்களை நோக்கித் தெளிந்த சிந்தனையோடு எழுதியவர் இஸ்மத். எவையெல்லாம் பெண்களுக்கு உரிமையற்றதென மறுக்கப்பட்டதோ அவை எல்லாவற்றையும் யாருடைய அனுமதியுமின்றி எடுத்துக்கொள்வதைத்தான் அவரின் வாழ்வும் கதைகளும் இந்த உலகிற்குக் கற்றுக்கொடுத்தன.

தன் வாழ்வில் செய்துகொண்ட சுயபரிசோதனைகளைக் கலையாக்கிய மகத்தான எழுத்தாளர் இஸ்மத். பெண்களுக்குக் கல்வி மறுக்கப்பட்ட காலத்தில் தடைகளை மீறி வந்து கல்வி கற்றதோடு மிகச் சிறந்த கதைகளையும் எழுதியிருக்கிறார். எதிர்ப்புகளால் மெறுகேறிய எழுத்துகள் அவருடையவை. இன்றைக்கு இந்திய இலக்கியத்தில் பரவலாகப் பேசப்படும் பெண்ணியக் கோட்பாட்டின் தொடக்கப்புள்ளி அவருடைய கதைகள்.

தான் வாழும் சமூகம் குறித்த அக்கறையை ஒரு கலைஞன் தனது படைப்புகளின் மூலமாக மட்டுமே வெளிப்படுத்த முடியும். இஸ்மத்தையும் அவரது கதைகளையும் அதற்கு மிகச் சிறந்த உதாரணமாகக் குறிப்பிடலாம். இருபதாம் நூற்றாண்டின் தொடக்கம் முதலே இலக்கிய உலகில் யதார்த்தவாதம் குறித்தும் மிகுபுனைவு குறித்துமான உரையாடல்கள் தொடர்ந்து நடந்தபடியேதான் இருக்கின்றன. வாழ்க்கைக்கும் இலக்கியத்திற்குமான இடைவெளியை இந்த உரையாடல்கள் அதிகப்படுத்தினவே தவிர நெருக்கமாக்கவில்லை. கதைகளில் யதார்த்தம் என்று ஒன்று எப்படி இருக்க முடியாதோ, அப்படியே மிகு புனைவுகளில் உண்மையென்று ஒன்று இல்லாமலும் இருக்க முடியாது. ஆங்கில இலக்கியங்களின் வருகையால் சிறுகதை வடிவம் இந்திய மொழிகளில் உருவாகி இருந்தபோதும் அவற்றைச் செழுமைப்படுத்தியவை ருஷ்ய இலக்கியங்களே. ருஷ்ய இலக்கியங்களின் வருகையில் தாக்கம் பெற்றே உருது இலக்கியத்தின் முற்போக்குக் கதைகள் உருவாகத் தொடங்கின.

பல வருடங்களுக்கு முன் எழுத்தாளர் ரவிக்குமார் அவர்கள் மொழிபெயர்ப்பில் வாசிக்கக் கிடைத்த இஸ்மத்தின் 'போர்வை' என்ற கதையின் வழியாகவும் மண்ட்டோவின் நெருங்கிய சிநேகிதி என்ற அறிமுகம் மட்டும் இருந்தது. அதைத் தொடர்ந்து அவருடைய கதைகளைத் தேடி வாசிக்கத் தொடங்கியபோது அவர் மண்ட்டோவிற்குச் சற்றும் சளைத்தவரல்ல என்பது புரிந்தது.

மண்ட்டோவிற்கு இந்திய இலக்கியத்தில் எவ்வளவு பெரிய பங்குண்டோ, அதே அளவிற்கு இஸ்மத்திற்கும் உண்டு. இவருடைய கதைகள் வெறுமனே பெண்களின் உலகையும் அவர்களின் இடர்களையும் பிரதிபலிக்கும் கதைகளென குறுகலாக வகைமைப்படுத்திவிட முடியாது. போலியான கோஷங்களை முன்னிறுத்தியோ, மென் சோகங்களைப் பிரதிபலிக்கும் கண்ணீர் கதைகள் அல்ல அவை. பெண்களின் இயல்பைத் தன்னைச் சூழ்ந்தவர்கள் வகைப்படுத்தி ஏதாவதொரு எல்லைக்குள் நிறுத்த முனையும் போதெல்லாம் அதைப் பொருட்படுத்தாமல் வெளியேறித் தனித்து நிற்கும் அவர்களுடைய குணங்களையே அதிகம் எழுதியிருக்கிறார்.

புனைவுகளில் வெளிப்படும் வாழ்வியல் யதார்த்தம் என்பது நம்மை நம்ப வைப்பதற்காக வலிந்து உருவாக்கப்பட்டவையாக

இருக்கின்றன. பெரும்பாலான எழுத்தாளர்கள் தான் உண்மையென்று நம்புவதை மட்டுமே மற்றவர்களும் நம்ப வேண்டுமென பிரயத்தனப்படுகிறார்கள். தன் கதாபாத்திரங்களின் அசலான உலகத்திற்குள் பயணிக்கும் துணிச்சல் மிகச் சிலருக்கு மட்டுமே இலக்கிய உலகில் இருந்திருக்கிறது. இருக்கிறது. பெரும்பாலான கதைகளில் அதன் எல்லையைத் தாண்டி ஒரு கதாபாத்திரம் சென்றுவிட்டால் அந்தக் கதாபாத்திரத்தின் வாழ்வு உலக வாழ்விலிருந்து வெகு தொலைவிலிருக்கும். இஸ்மத்தின் கதாபாத்திரங்களை நெருக்கமாகப் பார்த்தால் அவர்கள் நமது சூழலுக்கு நெருக்கமானவர்களாக இருப்பார்கள். எழுபது ஆண்டுகளுக்கு முன்பு எழுதப்பட்ட அக்கதைகள் இன்றளவும் மீள்வாசிப்பு செய்யப்படுவதற்கான காரணம் அந்த நெருக்கம் தான்.

இஸ்மத்தின் கதைமொழியைக் குறித்து எழுத வேண்டுமென முடிவு செய்தபோது முதலில் 'போர்வை' கதையைத்தான் யோசித்தேன். ஆனால் தமிழில் மட்டும் அந்தக் கதை குறித்து மூவாயிரத்தி சொச்சம் பதிவுகள் எழுதப்பட்டிருக்கின்றன, இத்தனை பதிவுகளும், ஆர்ப்பாட்டங்களுமா ஒரு கதைக்கு இருக்க வேண்டும் என நீங்கள் யோசித்தால், ஆம் அந்தக் கதைக்கு இருக்கத்தான் வேண்டும். போர்வை இரண்டு பெண்களுக்கு இடையிலிருக்கும் தன்பால் உறவை சித்தரிக்கும் கதை. அதிலும் ஒரு பதின்மூன்று வயதுப் பெண்ணின் பார்வையில் சித்தரிக்கிறது.

இஸ்லாமிய சமூகத்தில் நடக்கும் இந்தக் கதையின் காலகட்டம் 1940. இச்சைகளை மேலோட்டமாக எழுதுவதற்கும் மனித இச்சைகள் மனிதர்களை எத்தனை குழப்பமானவர்களாகவும் கீழ்மையான செயல்களைச் செய்ய வைக்கக் கூடியவர்களாகவும் மாற்றுகிறது என்கிற உள்ளார்ந்த அரசியலை எழுதுவதற்கும் ஏராளமான வித்தியாசமுண்டு. சில தினங்களுக்கு முன் ஒரு பயணத்தில் நெருங்கிய நண்பர் ஒருவருடன் உரையாடிக்கொண்டிருந்தேன். தாய்லாந்து இந்தோனேஷியா மாதிரியான நாடுகளில் பாலுறவு குற்ற உணர்ச்சிகளற்ற வியாபாரமாய் மாறியிருப்பதன் பின்னால் ஒரு தேசத்தின் பொருளாதார வளர்ச்சி எவ்வளவு முன்னேறியிருக்கிறது என்பதைச் சுற்றி நகர்ந்தது உரையாடல்.

மனிதர்களுக்கு பாலியல் தேவைகளும் அதற்காகக் குடும்பத்திற்கு வெளியே நாடிச் செல்வதும் இயற்கை. ஆனால் உள்மனம் ஒருபுறம்

இச்சைகளை நாடிச் செல்வதும் வெளிமனம் அதற்கு எதிராக தொடர்ந்து கலகங்களை உருவாக்குவதுமான குழப்பங்களிலும்தான் மனிதன் உழன்று கொண்டிருக்கிறான். பாலியலின் நுட்பங்களை ஒரு தேசமே தன் மக்களுக்குக் கற்றுக்கொடுத்து அதைச் சந்தைப்படுத்துகிறது. உலக நாடுகள் அந்த சின்னஞ்சிறிய தேசத்திற்கு இதற்காகவே படையெடுத்துச் செல்கிறார்கள். இவர்களில் பலரும் தன் சொந்த சமூகத்தில் பிறன்மனை நோக்கலைப் பாவமென்று உறுதியாக வாதாடுகிறவர்கள்தான். எனில் வேறு நிலத்தில் எந்தக் குற்றவுணர்வும் இல்லாமல் எப்படி இவர்களால் அத்துமீற முடிகிறது? சமூக யதார்த்தங்கள் என்று நாம் நம்புவதை இச்சைகளின் அறம் ஒருபோதும் பொருட்படுத்துவதில்லை

மத நிறுவனங்கள் கட்டமைத்து வைக்கும் பாலியல் உறவுகளின் எல்லை ஆண் பெண் என்பதோடு முடிந்துவிடுகிறது. மனித விருப்பங்கள் இந்த எல்லைகளுக்கு அப்பாற்பட்டவை. எல்லாக் காலத்திலும் தன்பாலுணர்வு எல்லாச் சமூகத்திலும் இருந்து வந்திருந்தாலும் நிறுவனங்கள் அதனைத் தொடர்ந்து கட்டுப்படுத்தியும் ஒடுக்கியும்தான் வந்திருக்கின்றன. போர்வை கதை எழுதியதற்காக லாகூர் நீதிமன்றத்தில் இஸ்மத்தின் மீது வழக்குத் தொடரப்பட்டது. இன்றைக்குச் சாதாரணப் பிரச்சினைகளுக்கு ஓர் எழுத்தாளனை மிரட்டினாலே ‘அய்யஹோ என்னைக் கொலை செய்கிறார்கள். எழுத்தாளன் இறந்துவிட்டான்’ என போலி நாடகங்களைக் கட்டமைக்கிறவர்களைப் போலில்லை இஸ்மத். அவர் வழக்கை எதிர்கொண்டார். அதில் வென்றும் காட்டினார்.

கட்டுப்பாடுகள் நிறைந்த இஸ்லாமிய சமூகத்திற்குள்ளிருந்து அவர்களின் கட்டுப்பாடுகளுக்கும் பிற்போக்குத்தனங்களுக்கும் எதிராக தன் ஆயுள் முழுக்க எழுதியிருக்கிறார். ஒருபோதும் அச்சுறுத்தல்களுக்குப் பயந்து எழுத்தாளன் இறந்துபோனான் என அறிக்கை வெளியிடவில்லை. எழுத்தின் அறம் குறைந்தபட்சம் தன் எழுத்திற்கு உண்மையாக இருப்பதுதான்.

‘இரண்டு கைகள்’ சிறுகதை, ராணுவத்திற்கு வேலைக்குச் சென்றுவிடும் ராமவதார் என்பவனின் மனைவி கோரியின் கதையைச் சொல்கிறது. ஆனால் இதில் நாம் கவனிக்க வேண்டிய விஷயம், கதை முழுக்கவே மற்றவர்களின் பார்வையில்தான் கோரியின் வாழ்க்கை சொல்லப்படுகிறது. அவள் தனது குரலாக

ஓர் இடத்தில்கூட பேசவில்லை. அவள் அந்தச் சின்னஞ்சிறிய கிராமத்தின் முழுநேரப் பேசு பொருளாக அமைவதற்கு அவளுடைய செழிப்பான உடலும், கணவன் இல்லாத தனிமையும் மட்டும்தான் காரணமா என்றால் நிச்சயமாக இல்லை. அவள் சார்ந்த வர்க்கம். துப்புரவுத் தொழிலாளர் குடும்பத்தைச் சேர்ந்த அவளின் ஒழுக்கம் குறித்துக் கவலைப்படும் ஒவ்வொருவர் அந்தரங்கமும் பிசிறுகள் நிறைந்தவைதான். ஆனால் தனது குற்றவுணர்ச்சிகளை மறைத்து எதிர்த்துக் கேள்வி கேட்க வாய்ப்பில்லாத மற்றவர்களைக் குத்திக் கிழிப்பதுதான் எல்லாக் காலங்களுக்குமான மனித இயல்பாய் இருந்து வருகிறது. கோரி அந்த ஊரிலிருக்கும் ஆண்களைத் தனது வனப்பான உடற்கட்டாலும், இளமையாலும் வசீகரிக்கிறாள் என பெண்கள் புலம்புகிறார்கள். நேரடியாகவே கோரியின் மாமியாரை அழைத்துச் சண்டை போடுகிறார்கள். அவர்கள் சொல்வதையெல்லாம் கேட்டுக்கொள்ளும் அந்தக் கிழவி "நான் என்ன சொன்னாலும் அவள் திருந்துவதில்லை" எனப் புலம்புகிறாள்.

ஊர்ப் பெண்கள் அவளைப் பிறந்த வீட்டுக்கு அனுப்பச் சொல்கிறார்கள். பதிலுக்குக் கிழவி, "அப்போ நான் கொடுத்த பரிசப் பணம் என்னாவது? கடன் வாங்கி கல்யாணத்துக்குச் செலவு செஞ்சிருக்கனே அதுக்கு என்ன செய்யிறது?" என்று கேட்க, பெண்கள் அமைதியாகிறார்கள். இதற்குள்ளிருக்கும் நுட்பமான முரண்பாடு ஒன்றுண்டு. மற்ற சமூகத்தில் பெண் வீட்டார் மாப்பிள்ளைக்கு வரதட்சணை கொடுத்துத் திருமணம் முடிக்கும் சூழலில் மாப்பிள்ளை வீட்டார் வரதட்சணை கொடுத்துத் திருமணம் முடித்துவரும் வழக்கம் ஒரு சமூகத்தில் இருந்துள்ளதன் குறிப்பு அது.

ஒரு கதையில் ஒரு பிரச்சினை அல்ல எத்தனை பிரச்சினைகளைக் குறித்து வேண்டுமானாலும் ஓர் எழுத்தாளன் உரையாடலாம். ஆனால் ஒவ்வொரு பிரச்சனையையும் அடிக்குறிப்பிட்டு அடையாளப்படுத்த வேண்டிய அவசியமில்லை. கதையின் போக்கில் ஒரு சமூகத்தில் நிலவும் முரண்பாடுகளைப் போகிற போக்கில் சொல்லிவிட்டாலும், கதையின் அழுத்தம் வாசிக்கிறவர்களுக்கு அக்கதைக்குள் இருக்கும் நுட்பங்களை விளங்கச் செய்துவிடும்.

ஊர்ப்பெண்கள் தங்கள் கணவன்மார்களிடம் சென்று அந்தப் பெண்ணின் மீது இச்சை கொள்ளாதே என்று சொல்வதில்லை.

அவர்கள் குடும்ப அமைப்பிற்குள் அடங்கிப்போகிறவர்களாக இருக்கிறார்கள். ஆனால் வர்க்கரீதியாக அவர்களைச் சார்ந்து வாழும் ஒரு கிழவியை அவர்களால் மிரட்ட முடிகிறது. பதிலுக்குக் கிழவி சொல்லும் யதார்த்தம் உறைக்கையில் அவர்கள் பேச்சின்றி ஒதுங்கிப் போகிறார்கள்.

கோரியின் இச்சையானது அவள் பல ஆண்களுடன் உறவு கொண்டாள் என்கிற நோக்கில் இல்லை. அவள் தன்னை இச்சையோடு அணுகும் எல்லா ஆண்களுக்கும் அதே இச்சை நிறைந்த பார்வையால் பதில் அளிக்கிறாள். கதையில் வரும் மற்ற பெண்களின் மனங்களில்தான் கோரிக்கும் அந்த ஊர் ஆண்களுக்குமான உறவு நடக்கிறது. ஓர் ஆண் பெண்களின் கதையை எழுதுவதற்கும் ஒரு பெண் பெண்களின் உலகை எழுதுவதற்குமான வித்தியாசம் இதுதான். தன் கதையில் இச்சையோடு வரும் ஒரு பெண் கதாபாத்திரத்தின் மீது தன்னையறியாமல் எழுத்தாளன் மோகம் கொண்டுவிடுவதைப் போல் இல்லாமல் மனித மனங்களுக்குள் நிகழும் அச்சங்களின் வழியாகவே செய்தியை இஸ்மத்தால் சொல்ல முடிந்திருக்கிறது.

ஊரிலிருந்து ராமவதாரின் தம்பி ஒருவன் இங்கு வருகிறான். அவன் வந்தபிறகு கோரியின் போக்கில் மாறுதல்கள் உருவாகின்றன. அவள் முன்புபோல் ஆண்களின் இச்சைகளைப் பொருட்படுத்துவதில்லை. யாருக்கும் கண்களால் மறுமொழி தருவதில்லை. வீட்டோடு அடங்கிப்போகிறாள். அவளும் ராமவதாரின் தம்பியும் நெருக்கமாக இருப்பதாக எல்லோரும் பேசிக்கொள்கிறார்கள். மறுபடியும் ஊர்ப்பெண்கள் கிழவியை அழைத்து கோரி விஷயமாகப் பேசுகிறார்கள். ஆனால், இந்த முறை கிழவி இவர்களிடம் தனது தந்திரத்தைக் காட்டுகிறாள். தனக்கு செவிக்குறைபாடு உள்ளதுபோல் நடிக்கிறாள். அவர்கள் பேசுகிற எதுவும் தனக்கு சரியாகக் கேட்பதில்லை என்பதாகப் பாவனை செய்கிறாள். இந்தப் பாவனை ஊர்க்காரர்களுக்கானது, உண்மையில் தன் மருமகளான கோரியைக் கிழவி மிக நன்றாகப் புரிந்துகொண்டிருக்கிறாள். இவளிடம் சொல்லிப் பிரயோஜனமில்லையென ஊர்க்காரர்கள் சலித்துப்போகிறார்கள்.

அத்தனை நாட்களும் கோரியை இச்சையோடு அணுகிய ஊரின் ஆண்கள் அவளின் மீது இப்பொழுது எரிச்சலடைகிறார்கள். இந்த எரிச்சலடையும் இடத்திலிருந்துதான் இந்தக் கதை இதுகாறும்

மற்ற ஆண்களோடு அவள் உறவு கொண்டிருக்கலாமோ என்கிற சந்தேகத்தை இல்லையென உறுதியாய் நம்ப வைக்கிறது. அவள் செய்யும் எல்லா வேலைகளிலும் குறை கண்டுபிடிப்பதும் அவளை ஏசுவதுமாக இருக்கிறார்கள். கோரி அவர்களின் வசைகளை ஒரு காதில் வாங்கி மறு காதில் விட்டுவிட்டுத் தன்போக்கில் இருக்கிறாள்.

ஒரு பெண்ணின் உடலின் மீது உரிமை கொண்டாட நினைத்து அவள் தன்னைப் பொருட்படுத்தாமல் போகிறாளென்கிற இடத்தில் ஆண் அகங்காரம் கொள்கிறான். காலம் காலமாக அவனுக்குக் கற்றுக்கொடுக்கப்பட்ட ஆண் வலியவன் என்னும் பிம்பம் நொறுங்கிப்போவதை ஏற்றுக்கொள்ள முடியாமல் ஏதாவதொரு வகையில் அந்தப் பெண்ணைச் சிறுமைப்படுத்த நினைக்கிறான். இன்றளவும் ஆண் மனத்தின் யதார்த்தம் இதுதான். இதில் சாதி வர்க்கம் அறிவு இதெல்லாம் சேர்த்தியில்லை. ஆண் மனம், ஆண்மை குறித்த அகங்காரம் எப்போதும் பெண்களையும் அவர்களின் உடலையும் மையப்படுத்தியே சிந்திக்கிறது. நாளடைவில் கோரி கர்ப்பமாகிறாள்.

ஊராரின் ஏச்சுப் பேச்சு அதிகமாவதால் கிழவி வீட்டைவிட்டு எங்கும் போகாமல் வீட்டிலேயே அடங்கிவிடுகிறாள். யாருக்கும் அச்சப்பட்டு அவள் அப்படி முடங்கவில்லை. ஊர்க்காரர்களின் அத்தனை ரகசியங்களையும் அசிங்கங்களையும் அறிந்தவள் அவள். ஆனால் ஒருபோதும் யாருடைய ரகசியத்தையும் அவள் பிறர் செவிகளுக்குக் கொண்டு சென்றதில்லை. ஊர்க்காரப் பெண்கள் கிழவியிடம் வந்து கருவைக் கலைக்கச் சொல்லி அறிவுறுத்துகிறார்கள். செவித்திறன் இழந்துபோனதாய் பாவனை செய்யும் கிழவி அவர்களைப் பொருட்படுத்தாமல் ராணுவத்திற்குச் சென்ற மகனுக்குக் கடிதம் எழுதுகிறாள். என்ன இருந்தாலும் ராமவதார் ராணுவ வீரன், அவன் வந்தால் கோரியின் கதி அதோ கதிதான் என்று ஊர்க்காரர்கள் பேசிக்கொள்வதற்கு மாறாக அவன் 'வரும் போதும் சட்டையும் காலுறைகளும் வாங்கி வருகிறேன்' என மகிழ்ச்சியாக பதில் எழுதுகிறான்.

அந்த ஊரின் ஆண்களும் பெண்களும் ஒரே வீட்டில் வசிக்கும் தன் இணையரின் மீது சந்தேகம் கொள்வதும் அவர்களின் உடலைத் தனக்காக மட்டுமே உரிமை கொண்டாடுவதுமாய் இருக்க,

மனைவியிடமிருந்து வெகு தொலைவில் இருக்கும் ராமவதார் தன் மனைவியைப் புரிந்துகொள்வதோடு வாழ்வின் யதார்த்தத்தையும் புரிந்துகொண்டிருக்கிறான். அவன் ஊர் திரும்புவதற்கு முன்பாகவே ஆண் குழந்தை பிறந்துவிடுகிறது. ராமவதாரின் உறவுக்காரனும் தன் ஊருக்குத் திரும்பிவிடுகிறான். தனது மகனை மகிழ்ச்சியோடு அரவணைத்துக் கொள்ளும் ராமவதார் தான் வாங்கி வந்த சிவப்பு நிறச் சட்டையையும், மஞ்சள் நிறக் காலுறைகளையும் குழந்தைக்கு அணிவித்துவிடுகிறான். அவன் கோபத்தில் தன் மனைவியை நையப்புடைக்கப் போகிறான் என எதிர்பார்த்த ஊர்க்காரர்கள் ஏமாற்றமடைகிறார்கள்.

ஊர்ப்பெரிய மனிதர் அவனை அழைத்துப் பேசுகிறர். “குழந்தை உனக்குப் பிறக்கவில்லை, உன் தம்பிக்குப் பிறந்தது” என்று கூறுகிறார் அவன் அதற்காக அலட்டிக்கொள்ளவில்லை. “அதனால என்னங்கய்யா அவனும் என் ரத்தம்தான. என் தம்பிதான” என்று பதிலளிக்கிறான். அந்தப் பெரியவருக்கு ஆத்திரம் அதிகமாகிறது. ஆனால் கதையின் முடிவில் வரும் “ராமவதார் வெட்கத்தொடு தலைகுனிந்தான், அவன் தலைகுனிந்தபோது அப்பாவின் தலையும் ஏன் குனிய வேண்டும்? அவர் மேஜையின் மீதிருந்து லட்சக்கணக்கான, கோடிக்கணக்கான கைகள் குவிந்தன. இந்தக் கைகளுக்குப் பாவமும் இல்லை, புண்ணியமும் இல்லை. அவை உயிருள்ள கைகள். உலகத்தின் முகத்தில் படியும் அழுக்கைக் கழுவும் கைகள். முதுமைச் சுமையைத் தூக்கும் கரங்கள்...” என்ற வரிகள் கதை முழுக்க மனித மனங்களுக்குள் இருக்கும் எல்லாச் சிறுமைகளையும் மீறி ஓர் உயிரை உயிராக மட்டுமே பார்க்கும் தெளிவை உணர்த்துகிறது. ராமவதாரின் குழந்தை மட்டுமல்லாமல் தலைகுனிந்த பெரியவரின் குழந்தைகளாகவும் அவை இருக்கலாமென்கிற செய்தியுடன் கதை முடிகிறது.

கதையைப் போலவே கதைமொழியும் ஒரு சிறந்த கதைக்கு அத்தியாவசியமானது. கலையும் மொழியும் என்கிற நூலில் கான்ஸ்டாண்டின் ஃபெடின் பின்வருமாறு குறிப்பிடுகிறார்.

‘இலக்கிய உரைநடையில் கொழுப்பை நீக்கி, தசையைப் பெறுவதெப்படி என்பது நாவலாசிரியரைவிட சிறுகதையாசிரியருக்கே எளிதில் கைவரப்பெறுகிறதென்பதனை தால்ஸ்தாயைப் போலவே நானும் ஆமோதிக்கிறேன்.’

ஒரு நல்ல சிறுகதையின் செழுமைக்கு அதன் கதைமொழி முக்கியமானது. இஸ்மத்தின் கதைமொழி கூடுதலாக ஒரு வார்த்தையைக்கூட அனுமதிக்காத சிக்கனத்தைக் கடைப் பிடிப்பதைப் பார்க்க முடியும். தேர்ந்த சிறுகதை எழுத்திற்கான அடிப்படைகளை உள்ளடக்கம் சார்ந்த விவாதங்களை இன்று நிறையபேர் முன்வைப்பதைப் பார்க்க முடிகிறது. சொல்லப்போனால் ஒவ்வொன்றில் இருந்தும் ஓர் எழுத்தாளன் கற்றுக்கொள்ள நிறைய இருக்கிறது. கதை மொழிக்கு இறுதியான எல்லை என்று ஒன்றுமில்லை. ஒவ்வொரு காலகட்டத்திலும் புதியவற்றைக் கற்றுக்கொண்டு நாம் முன்னேறிச் செல்ல வேண்டும்.

★★★

3. பூபென் கக்கரின் 'போரான் சோப்'

'இந்திய மகத்துவத்தின் ரகசியம்தான் என்ன? அது புத்தகமோ தத்துவமோ இல்லை. எல்லா அறிவும் சத்தியமும் முழுமையானவை, முடிவற்றவை என்ற வெளிப்படையான ரகசியம்தான் அது. அந்த அறிவையும் சத்தியத்தையும் உருவாக்க வேண்டியதில்லை, அவற்றைக் கண்டடைய மட்டுமே முடியும்.'

- ஆனந்த குமாரசாமி

இந்திய மனங்களுக்கெனச் சில பிரத்தியேகத் தன்மைகளுண்டு. 'இந்தப் பிரபஞ்சத்தை விடவும் இந்தியா பிரம்மாண்டமானது' என போர்ஹேஸ் சொல்வது சத்தியமான உண்மை. விளங்கிக் கொள்ள முடியாத தொல்கதைகளையும் மர்மங்களையும் பாதுகாத்துக்கொண்டிருக்கிறோம் நாம். தத்துவங்கள், கலைக் கோட்பாடுகளென அறிவு சார்ந்த எல்லாவற்றின் ஊற்றும் இங்கு மிகுந்திருக்கக் காரணம் நான் முதலில் சொன்ன அந்த பிரத்தியேகத் தன்மைதான். காலம் காலமாகச் சொல்லப்பட்ட கதைகளால் உருவானவை இந்திய மனங்கள்.

வாழ்வின் அறத்தை யாரும் கற்றுக்கொடுக்காமலேயே அகப்பூர்வமாகக் கற்றுக்கொண்டவர்கள் நாம். இயற்கையை,

மனிதர்களை நாம் விஞ்ஞானபூர்வமாக அணுகுவதைவிட உணர்வுபூர்வமாகவே அணுகுகிறோம். நதிகள் தெய்வங்களாக வழிபடப்படுகின்றன. இயற்கையின் மகத்துவத்தை மனிதர்கள் நம்பிக்கைகளின் வழியாய்ப் புரிந்துகொண்டிருக்கிறார்கள். பல்லாயிரம் ஆண்டுகளாய் நமது கதைகளிலும் இந்த மரபே இருந்து வருகிறது. மனிதனுக்கும் இயற்கைக்குமான அழுத்தமான பிணைப்பைப் பாடல்களும் ஓவியங்களும் ஏராளமாய்ப் பதிவு செய்தபடியே இருக்கின்றன. மனிதனின் சமூக வாழ்வில் இயற்கையின் முக்கியமான பங்கு இருக்கிறது.

நவீன இந்திய ஓவியர்களில் தலைசிறந்தவர்களில் ஒருவரான பூபென் கக்கருக்கு பல்வேறு முகங்களுண்டு. அறுபதுகளில் ஐரோப்பிய கலை உலகத்தின் ஓவியப் போக்குகளில் இருந்து முற்றிலும் புதிதான ஒரு போக்கை பூபென் தொடங்கி வைத்திருந்தார். அவரை ஒரு கதையாடல் ஓவியர் என்று சொல்வதுதான் சரியாக இருக்கும். எழுத்தாளர், நாடகாசிரியர், நடிகர், பலகுரல் கலைஞர் என கக்கருக்கு ஏராளமான முகங்களுண்டு. ஓவியங்களிலும் சரி கதைகளிலும் சரி அவர் அதிகம் உள்வாங்கியதும் மீட்டுருவாக்கம் செய்ததும் தொல்கதைகளைத்தான்.

'உங்களால் எல்லோரையும் மகிழ்விக்க முடியாது' என்ற தலைப்பின் கீழ் இங்கிலாந்து ஓவியக் கூடத்தில் வைக்கப்பட்டிருந்த அவரது ஓவியம் மத்திய தரைக்கடல் பகுதியில் சொல்லப்படும் ஒரு தொல்கதையை அடிப்படையாகக் கொண்டது. ஒரு கழுதையைக் கூட்டிக்கொண்டு பயணப்படும் தந்தையையும் மகனையும் மையப்படுத்திய இந்தக் கதையை கக்கர் தனது ஓவியத்தில் பிரதிபலித்திருந்தார். கழுதையின் மீதேறி தந்தையும் மகனும் செல்ல, ஒரு வீட்டின் பால்கனியிலிருந்து ஒரு நிர்வாண மனிதன் அதைப் பார்த்துக்கொண்டிருக்கும் காட்சி. இந்த ஓவியம் குறித்து ஒரு நேர்காணலில், "இரண்டு ஆண்களைச் சுமந்து செல்கிறது அல்லவா அதனால் கழுதையின் ஆண்குறி விறைத்துள்ளது. இந்த உலகத்தின் கண் முன்னால் நான் நிர்வாணப்படுத்தப்பட்டிருப்பதாக உணர்கிறேன். அந்தத் தலை நரைத்த பார்வையாளன் நானாக இருக்கலாம்" என்றார் கக்கர்.

அடிப்படையில் தன்னை சுயபால் தேர்வாளனாக அறிவித்துக் கொண்ட பூபென் அந்த அடையாளத்தை நீண்டகாலம் வெளியில் சொல்வதற்குத் தயங்கி வந்துள்ளார். அவரது நண்பரான ஹைமேன்

எழுதிய கட்டுரையில், “நான் எனது பாலியலைப் பற்றிப் பெரிதும் வெட்கப்படுகிறேன். நான் ஓரினச் சேர்க்கையாளன் என்பது எப்போதும் வெளிப்படக்கூடாது என்று நினைத்தேன். 1975 வரை என் நண்பர்கள் நான் ஓரினச்சேர்க்கையாளன் என்று தெரிந்து கொண்டால் நான் தற்கொலை செய்துகொள்ள எண்ணியிருந்தேன்” என்று கூறியதாகப் பதிவு செய்கிறார். தனது பாலியல் தேர்வை வெளிப்படையாகச் சொல்லிக்கொள்ள முடியாத அழுத்தம் அவரது படைப்புகளில் தொடர்ந்து வெளிப்பட்டபடியேதான் இருந்திருக்கின்றன.

மும்பைவாசியான பூபென் பணி நிமித்தமும், ஓவிய வாழ்விற்காகவும் பரோடா வந்ததுதான் அவரது வாழ்வின் திருப்புமுனை. சுதந்திரமான அந்தச் சூழலில் குஜராத்திய எழுத்தாளரான சுரேஷ் ஜோஷியின் நட்பு அவரை இலக்கியத்தோடு ஆழமாய்ப் பிணைக்கிறது. ‘விருச்சிக்’ என்னும் சிற்றிதழைத் தொடங்கி நடத்தி வந்தார். தனது ஓவியங்களில் எவ்வாறு பாப்புலிசத்தைப் பிரதிபலிப்பவராக இருந்தாரோ எழுத்திலும் அதையேதான் பிரதிபலித்தார். மும்பை வாழ் குஜராத்திய மத்தியதர மக்களின் வாழ்வின் பின்னணியில் கக்கர் தனது கதைகளை எழுதியுள்ளார். போரான் சோப் என்னும் இந்தக் கதை எழுத்தாளர் சி.மோகன் ஆசிரியராக இருந்த புனைகளம் இதழில் மருதா. பாலகுருசாமியின் மொழிபெயர்ப்பில் வெளியானது.

போரான் சோப் கதையில் வரும் கதாபாத்திரங்கள் யாருக்கும் தெரியாமல் நாம் ஒவ்வொருவரும் ஒளித்து வைத்திருக்கும் முகங்கள். நமக்கு மிக நெருக்கமானவர்களிடம் மட்டும் அந்தரங்கமாக அந்த முகம் வெளிப்படும். மனித இனம் ஒருபோதும் வெல்லவே முடியாமலிருப்பது ஆசைகளைத்தான். போரான் சோப் மனிதர்களின் இச்சைகளையும் அதன் பொருட்டு அவர்கள் உருவாக்கிக் கொள்ளும் போலியான குற்ற உணர்ச்சிகளையும் அங்கதத்தோடு துகிலுரிக்கிறது. பூபென் இந்தக் கதையின் வழியாக மனித வாழ்விற்கான தீர்வையோ அறிவுரையையோ சொல்லவில்லை. சொல்ல வேண்டும் எந்தக் கட்டாயமும் இல்லை.

ஓர் ஓவியத்தைப் பார்க்கும் ஏதோவொரு கணத்தில் அதன் சின்னதொரு வளைவு, அல்லது நிழல் நம்மைத் தொந்தரவு செய்வதில் நாம் துணுக்குற்று வேறு யாரும் நம்மைக் கவனிக்கவில்லை என்பதை உறுதிப்படுத்திக்கொள்வது போன்ற

உணர்வை ஏற்படுத்துகிறது. இந்தக் கதையில் சோப் என்பதற்கு பதிலாக எதை வேண்டுமானாலும் வைத்துப் பார்க்கலாம். கிளர்ச்சியின் பொருட்டு நாம் எத்தனை போலித்தனங்களை எதிர்கொள்ள வேண்டியிருந்தாலும் அதை மீறமுடிவதில்லை என்கிற யதார்த்தம்தான் முக்கியமாகக் கவனிக்கப்பட வேண்டியது.

சவிதா சரிதா இருவரும் தோழிகள். பக்கத்து வீடுகளில் வசிப்பவர்கள். சவிதாவின் கணவன் ஜீவன் லால், தனது உறவினன் அபுதாபியிலிருந்து அனுப்பியதாக அந்த சோப்பை எடுத்து வருகிறான். 'போரான் சோப் என்பது வேறு ஏதோ ஒன்று' என்கிற முதல் வரியே வழக்கமாக நாம் பாவித்திருக்கும் எல்லா சோப்புகளையும் மறக்கச் செய்து விடுகிறது. வாசிப்பவருக்கு விருப்பமான பிரத்தியேக மணம் ஒன்றை உணரச் செய்வதன் மூலம் ஓர் உயிர்ப்பான ஓவிய கேன்வாஸிற்குள் நாமும் ஒரு பாத்திரமாக நுழைகிறோம். ஏனெனில் குளித்து முடித்துவிட்டு வெளியே வரும் போது ஜீவன் லால் இப்படிச் சொல்கிறான், "முழு உடலையும் சுத்தப்படுத்தியாகிவிட்டது. பாவங்களையும் கூட." இவ்வளவு மகத்துவம் நிறைந்த ஒரு சோப்பைப் பற்றி வாசிக்கும் நாம் மட்டும் அதை வெறும் சோப் தான் என எப்படி நம்புவது?

ஜீவன் வீட்டிலிருந்து கிளம்பும்போது, "இந்த சோப் விஷயத்த யார் கிட்டயும் சொல்லாம ரகசியமா வெச்சுக்கோ" என சவிதாவிடம் எச்சரித்துவிட்டுப் போகிறான். ஆனாலும் ரகசியங்களுக்குப் பழக்கப்படாத சவிதா அவன் வீட்டிலிருந்து கிளம்பிய நொடியிலேயே சோப்பை எடுத்துக் கொண்டு தன் தோழியான சரிதாவின் வீட்டிற்குச் செல்கிறாள். சில ரகசியங்களை நெருக்கமானவர்களிடம் பகிர்ந்துகொள்வதில் மனிதர்களுக்கு ஏற்படும் கிளர்ச்சி அலாதியானது. அந்த நகரில் வேறு எவருக்கும் கிட்டாத புதையலொன்றை எடுத்து வந்திருக்கும் உற்சாகத்தோடு சவிதா சோப்பைப் பற்றிச் சொல்ல, அதை ஒருமுறையேனும் பாவிக்க வேண்டுமென்கிற விருப்பம் சரிதாவிற்கும் ஏற்படுகிறது. அவள் கேட்க வேண்டும் என்பதற்காகவே சவிதா எடுத்துச் சென்றாளோ என்றுகூட நாம் யோசிக்க முடியும். ஏனெனில் இந்த நான்கு கதாபாத்திரங்களும் ஒருவர் மற்றவருக்கு மிக நேர்மையாக இருப்பதான சித்திரத்தை வலிந்து உருவாக்கியபடியே இருக்கிறார்கள்.

மனிதன் தனக்குத்தானே நேர்மையாக இருக்க முடியாதென்கிற உண்மையை நம்மில் யாரும் ஒருபோதும் ஏற்றுக் கொள்ளப்போவதில்லை என்கிறபோது இந்த நால்வர் என்ன செய்ய முடியும்? பாவிக்காமல் அப்படியே திருப்பித் தந்துவிடுவேன் என சரிதா செய்து கொடுத்த சத்தியத்தை நம்பி சவிதா சோப்பைக் கொடுத்துவிட்டுச் செல்கிறாள்.

இச்சைகளின் காலடியில் மனிதர்கள் நிபந்தனையின்றி அடிபணிவது மனிதகுல வரலாறு. சரிதாவும் சத்தியத்தை மறந்து அந்த சோப்பைக் கையிலெடுத்துக் குளிக்கச் செல்கிறாள். அந்த சோப் அவளின் அந்தரங்கமான அத்தனை விருப்பங்களையும் கிளர்த்துகிறது. ஓர் அபூர்வ உயிராய் நினைத்து, குளியலறையில் விளையாடிவிட்டு சரிதா வெளியே வரும்போது அந்த வீடு முழுக்க சோப்பின் நறுமணம். வேலை முடிந்து வரும் அவளுடைய கணவன் வீடெங்கும் பரவியிருக்கும் அந்தப் புதிய வாசனையில் தூண்டப்பட்டு "என்ன இது புது வாசனை" எனக் கேட்க, சரிதா போரான் சோப்பை அவனிடம் கொடுக்கிறாள்.

உற்சாகமாக குளிக்கச் செல்லும் சரிதாவின் கணவனுக்கு சோப்பைக் கொடுத்த சவிதாவின் நினைவு வர, சவிதாவுடன் சல்லாபித்த தருணத்தை நினைத்துப் பார்க்கத் தொடங்குகிறான். அந்த சோப்பின் மகத்துவம் இப்போது சவிதாவின் உடலோடு தொடர்புடைய ஒன்றாய் மாறுகிறது. நெருங்கியவர்களிடமிருந்து சடாரென தனிமைப்படுத்தி வேறொரு உலகிற்கு மனிதர்களை இழுத்துச் செல்வதுதானே இச்சைகளின் யதார்த்தம். அவர்கள் இருவரும் உடலுறவு கொள்ளும் இடம் ஒரு வேடிக்கையான கொலாஜ் ஓவியம் போலவும், ஓர் அங்கத நாடகத்தின் ஆகச் சிறந்த காட்சி போலவும் சொல்லப்பட்டிருக்கிறது.

"உங்கள முதல் தடவையா பாத்தப்பவே உங்க மார்ல இருக்க ரோமம் என்னைய சுண்டி இழுத்துடுச்சு" என சவிதா சொல்லிக் கொண்டிருக்கையில் பின்னால் தொலைக்காட்சியில் உரத்திற்கு பொட்டாஷ் கலப்பது எப்படி என்கிற விவசாய நிகழ்ச்சி ஓடிக்கொண்டிருக்கிறது. தொலைக்காட்சியை அணைக்கச் செல்லும் அவனை சவிதா "இல்ல அது இருக்கட்டும். எனக்குச் சத்தமா இருந்தாதான் பிடிக்கும்" என்கிறாள். சவிதா தனது தோழியின் கணவனோடு உறவுகொள்வதற்கு எப்படி தயக்கம்

காட்டியிருக்கவில்லையோ அப்படியே உடலுறவு கொண்டபின் குற்றவுணர்ச்சி கொண்டிருக்கவும் இல்லை.

திருமணத்தை மீறிய உறவுகளில் மற்றவர்களுக்குத் தெரிந்து யாரும் கேள்வி கேட்காதவரை மனிதர்கள் குற்ற உணர்வற்றவர்களாகத்தான் இருக்கிறார்கள். குற்றவுணர்வோடு ஒரு மனிதனால் ஒருபோதும் உறவு வைத்துக்கொள்ள முடியாது. இந்தக் கதை முழுக்க இப்படியொரு உறவு இருப்பதற்காக அவளோ அவனோ எங்கும் மனம் நோவதாக இல்லை. ஒரு கதை சொல்லியின் ஆழ்மனம் வழமையான பிடிமானங்களில் இருந்து விடுபட்டு முற்றிலும் யதார்த்தமானதொரு அறத்தை முன்வைப்பது முக்கியமானது.

சவிதாவை நினைத்தபடியே விரகத்தில் மூழ்கிப்போன அவன் திடீரெனக் கதவு தட்டப்படும் சத்தம் கேட்டு திடுக்கிடுகிறான். “யாரது?” என கோபமாகக் கேட்கிறான். “நாந்தாம்ப்பா தீபக்?” என்கிறது குரல். “தீபக்னா யாரு?” மேலும் எரிச்சலுறுகிறான். “உங்க ஒரே மகன் தீபக் ப்பா. எனக்கு அவசரமா பாத்ரூம் போகணும்ப்பா” என்று சொல்லியும்கூட அவன் சமாதானமாகவில்லை. பூபென் கக்கரின் ஓவியங்களிலும், கதைகளிலும் இந்தத் தந்தை மகன் உறவு முரண்கள் தொடர்ந்து வந்தபடியே இருக்கின்றன.

கழிவறையின் கதவு திறக்கப்படும்போது மகன் தந்தையின் விறைத்த குறியைப் பார்க்கிறான். பிறகு கழிவறையில் அமரும்போது தந்தையின் விறைத்த குறியோடு தனது சின்னஞ் சிறிய குறியை ஒப்பிட்டுப் பார்க்கிறான். இந்தச் சித்திரம் பாலியலை ஆண் பெண் அல்லது கணவன் மனைவி என்ற நிலையிலிருந்து சடாரென கலைத்துப் போடுகிறது. இவ்விடத்தில் மறுபடியும் கழுதையின் மீது பயணிக்கும் இரண்டு ஆண்களின் ஓவியம்தான் எனக்கு நினைவிற்கு வருகிறது.

அடுத்த நாள் காலை சவிதா அவசரமாக அந்த சோப்பைக் கேட்டுப் போக சரிதா அது முழுவதுமாகக் கரைந்துபோய்விட்டதென்கிறாள். தன் கணவனுக்கு என்ன பதில் சொல்வதெனத் தெரியாத குழப்பத்தோடு சவிதா வருகிறாள். சோப்பை பாவிக்கும் ஆர்வத்தோடு தூங்கி எழும் ஜீவன் லால் குளியலறையில் போரன் சோப் இல்லாமல் அதற்குப் பதிலாக ஹமாம் சோப் இருப்பதைக் கண்டு எரிச்சலடைகிறான். சவிதாவை அழைத்துச் சத்தம் போட, அவள் தன் கணவனின் எச்சரிக்கையையும் மீறி சரிதாவிடம்

கொடுத்ததையும் அது கரைந்துபோனதையும் சொல்கிறாள். “அந்த சோப்பை அவர்கள் தராவிட்டால் அந்த வீட்டிலுள்ள எல்லோரையும் சுட்டுக் கொல்வேன்” என துப்பாக்கியோடு ஜீவன் லால் கிளம்ப, அவனுக்கு முன்பாக சவிதா தோழியின் வீட்டை நோக்கி ஓடுகிறாள். சரிதாவின் வீட்டில் அவள் கணவன் சாப்பிட்டுக்கொண்டிருக்க, துப்பாக்கியோடு வரும் ஜீவன் லால் ஒரு வேடிக்கையாக மாறத் தொடங்குகிறான்.

ஒருபுறம் ஆக்ரோஷமான அவன் முகமும் இன்னொரு புறம் வாசலில் கட்டப்பட்டிருக்கும் சரிதாவின் நாய் அவனைக் கடிக்கத் துரத்துவதுமாய் அந்த நிகழ்வுகள் ஓர் அரங்கத்தின் காட்சியை நம் கண் முன்னால் கொண்டு வருகிறது. கடுமையான கோபத்தில் இருந்தவனை சரிதா சமாதானம் செய்து சாப்பிட அழைக்கையில் ஜீவன் லால் அவள் அங்கங்களைப் பார்க்கிறான். அவள் நடந்து கொள்ளும் விதம் இவனைத் தூண்டுவதாக இருப்பதோடு ‘இரண்டு பூரிகளாவது நீங்கள் சாப்பிட வேண்டுமெனச் சொல்வதை அவளது மார்புகளைத்தான் சொல்கிறாளோ என நினைத்துக் கொள்கிறான். கரைந்துபோன சோப்பைத் திரும்பப் பெற முடியாத ஏமாற்றத்தில் இரண்டு பூரிகளை மட்டும் சாப்பிட்டுவிட்டு வீட்டிற்குத் திரும்புகிறவனை சவிதா சமாதானப்படுத்தும் இடம், மென்னுணர்வுகளைக் கொண்டு போலியாக எவ்வாறு ஆறுதல் படுத்த முடியும் என்கிற பகடியைக் காட்டுகிறது.

வெவ்வேறு கோடுகளில் பயணிக்கும் இந்தக் கதை அதுவரையிலும் நமது பொதுப்புத்தியின் யதார்த்தத்திற்குள் வருவதாக இருக்க, இந்த இடத்தில் தன் தவறை உணர்ந்து ஜீவன் லால் செய்யும் காரியத்திலிருந்து வேறு இடத்திற்கு நகர்கிறது. ‘ஒரு சோப்பிற்காக அவர்களைக் கொலை செய்ய நினைத்தது எவ்வளவு பெரிய பாவம். என் மனம் இன்னும் சமாதானமாகவில்லை’ என்கிறான். ஒரு டம்ளர் சூடான பால் உங்களை ஒருவேளை சமாதானப்படுத்தக் கூடுமென சவிதா சொல்ல எரிச்சலாகிறவன் செய்த பாவத்திற்கு பிராயச்சித்தமாகவும் சோப்பின் மீதிருந்த ஆசை முற்றிலுமாக ஒழியும் வரையிலும் இனி நான்கு கால்களில்தான் நடப்பேன் எனச் சபதமெடுக்கிறான். எங்கு சென்றாலும் நான்கு கால்களில் செல்லும் அந்த மனிதனை எல்லோரும் வினோதமாகப் பார்க்கிறார்கள்.

ஒரு திருமண நிகழ்விற்குச் செல்கிறவன் சாப்பாட்டிற்காகச் செல்லும்போது அந்தப் பகுதியிலிருக்கும் நாய்கள் அவன் தங்களில்

ஒருவன் என நினைத்து அவனோடு போட்டிக்கு வந்து நிற்கின்றன. ஜீவன் லாலும் விடுவதாக இல்லை. நாய்களோடு சரிக்கு சரியாய் சண்டை போடுகிறான். மண்டபத்தில் இருப்பவர்கள் இதை ஒரு கேலிக்கூத்தாகப் பார்த்ததைக் கூட அவன் பொருட்படுத்தாத போதும் நடந்த கலவரத்தில் அவனுக்குக் காயங்கள் ஏற்படுகின்றன. மனம் திருந்துவதில்கூட ஏராளமான தடங்கல்கள் இருப்பதை உணர்ந்த ஜீவன் லால் வருத்தத்தோடு உறங்க முடியாமல் தவிக்கிறான்.

அடுத்த நாள் காலை நகரிலிருக்கும் பூங்காவிற்கு நடைப்பயிற்சிக்காக நான்கு கால்களில் செல்லும் ஜீவன், சோகமான முகத்தோடு ஒரு சாது அமர்ந்திருப்பதைப் பார்க்கிறான். கதையில் சாதுவும் அவனும் உரையாடும் இடம் நமது தொல் கதைகளை நினைவுபடுத்துவதாய் இருக்கின்றன. "கடவுளப் பாத்திங்களா சாது மகாராஜா?" என்று அவன் கேட்க, சாது, "அவரைப் பார்த்துவிடுவதற்கான மன ஓர்மையை நெருங்கிவிட்டிருந்தேன். ஆனால் அந்த நேரத்தில் அம்மாவின் நினைவும் அவள் செய்யும் மோர்க்குழம்பின் நினைவும் வந்துவிட்டது. எவ்வளவு முயன்றும் என்னால் அந்த நினைவிலிருந்து மீளமுடியவில்லை. மோர்க்குழம்பிற்காக கடவுளைக் காணும் என் தவத்தையும் விடுத்து மீண்டும் ஊருக்கே வந்துவிட்டேன்" என அழுதபடி சொல்கிறார்.

மனிதன் தன் ஆசைகளை ஒருபோதும் வெல்ல முடியாது என்பதைப் புரிந்துகொள்ளும் ஜீவன் லால் நடந்த சம்பவங்களுக்காக இனியும் மனம் வருந்தத் தேவையில்லை என உணர்ந்து இரண்டு கால்களில் நடக்கத் தொடங்குகிறான். பை நிறைய போரான் சோப்புகளை வாங்கிக்கொண்டு உற்சாகமாக வீட்டிற்குத் திரும்புகிறான். மீண்டும் இரண்டு கால்களில் நடக்கும் தன் கணவனைக் கண்டு சவிதா நிம்மதியடைகிறாள். ஒரு மாத காலம் அலுவலகத்திற்கு விடுமுறை எடுத்துக்கொண்டதோடு, ஐயாயிரம் ரூபாய் கடனும் வாங்கியதாகச் சொல்கிறவன், மொத்தப் பணத்தையும் கொண்டு தான் வாங்கிய சோப்புகளை மொத்தமாகக் கொட்டுகிறான். இருவரும் அந்த சோப்புகளை ஒரு ரயில் வண்டிபோல் அடுக்கி விளையாடுகிறார்கள் என்பதோடு கதை முடிகிறது.

எந்தவொரு படைப்பையும் வாசிப்பதற்கு மூன்று விசயங்கள் முக்கியமானவை என்கிறார் விர்ஜினியா வுல்ஃப். ஒன்று அகப்பார்வை, அதாவது நாம் எதை வாசிக்கிறோமோ அதை

நம் மனத்தால் உணர்ந்துகொள்வது. இரண்டாவது கற்பனை. படைப்பின் ஊடாக வெளிப்படும் மனிதர்கள், நிலக்காட்சிகள், நிகழ்வுகள், நினைவுகளைக் கற்பனை செய்து புரிந்துகொள்ளும் இயல்பு. இதன் மூலமே கதையோ கவிதையோ நாம் அர்த்தப்படுத்திக் கொள்கிறோம். மூன்றாவது கற்றல். எழுத்தின் வழியாக நாம் கற்றுக்கொள்ள முன்வருவது. இது தகவலாகவோ அறிவுத் தொகுப்பாகவோ, உண்மையாகவோ, வாழ்வியல் அனுபவமாகவோ எவ்விதமாகவும் இருக்கலாம். அதை நாம் கற்றுக்கொள்கிறோம் என்ற ஈடுபாடும், தீவிர அக்கறையுமே ஒரு புத்தகத்தை ஆழ்ந்து வாசிக்க உதவும்.

இந்த மூன்று நிலைகளில் இருந்தும் நாம் இந்தக் கதையை அணுகலாம். இந்தக் கதை எழுதப்பட்ட காலகட்டம் வேறானதாக இருந்தாலும் இன்றைக்கும் நமது வாழ்வோடு பொருந்திப் போகக்கூடிய ஒற்றுமைகள் உண்டு. தனித்துவமான எல்லாக் கதைகளும் காலம் கடந்து மனித வாழ்வின் அறத்தையே பேசுகின்றன. அரேபிய இரவுகளின் கதைகள் இன்றளவும் உயிர்ப்புடன் இருப்பதற்குக் காரணம் அது மனித மனங்களை ஆழமாகப் பிரதிபலிப்பதுதான். நாம் எதற்காகவெல்லாம் கிளர்ச்சியடைந்திருக்கிறோம், எதற்காகவெல்லாம் குற்றவுணர்வு கொண்டிருக்கிறோம் என்பதை யோசித்துப் பார்த்தால் பல சமயங்களில் வேடிக்கையாக இருக்கும். ஆனால் அவையெல்லாம் இயல்பான உணர்ச்சிகள் என்னும் பார்வையைத்தான் இந்தக் கதையும் சொல்கிறது.

அடுத்ததாக கற்பனை. கார்ட்டூன் படங்களில் வரும் கதாபாத்திரங்களை ஒத்த செயல்களை இந்தக் கதையின் கதாபாத்திரங்களிடம் நாம் காண முடியும். ஒரு கதையின் போக்கையும் அடர்த்தியையும் வளப்படுத்துவதில் கதாபாத்திரங்களுக்கு மிக முக்கியமான பங்குண்டு. அந்தக் கதாபாத்திரம் மனிதனாகவோ, விலங்காகவோ அல்லது அசைவற்ற பொருளாகவோ இருக்கலாம். ஆனால் அந்தக் கதாபாத்திரத்தின் இயல்பை மிகத் தெளிவாகச் சொல்ல வேண்டியது அவசியம். இந்தக் கதையில் வரும் சோப் ஒரு பொருள். ஆனால் இந்தக் கதையின் எல்லா விளைவுகளுக்கும் காரணமாக இருப்பது அதுதான்.

மற்றமையைப் பிரதானப்படுத்தி எழுதப்பட்ட கதைகளில் இது முக்கியமானது. சவிதா, சரிதா, ஜீவன், மணி லால் போரான் சோப் என தனது எல்லா பாத்திரங்களுக்குமான இயல்புகளை கக்கரால் எளிதாகக் கொண்டு வரமுடிந்திருக்கிறது. சவிதாவும் மணி லாலும் உறவுகொள்ளும்போது பின்னணியில் தொலைக்காட்சியில் ஓடிக்கொண்டிருக்கும் விவசாய நிகழ்ச்சி உடலுறவுக் காட்சிகள் குறித்து வழமையான சித்திரத்தை விலக்கி கேலியான புதிய பிம்பங்களைத் தருகிறது.

அடுத்ததாக கற்றல். இந்தக் கதை ஒரு வாசகனிடம் மிக முக்கியமாகக் கோருவது அதைத்தான். வாழ்வின் மீதான பொதுமைப்படுத்தப்பட்ட அறத்திலிருந்து வெளியேறி மனித இயல்புகளைக் கவனிக்கவும் அப்படியே ஏற்றுக்கொண்டு வாழவும் வலியுறுத்துகிறது. ஜீவன் லால் மனம் திருந்தும் வரை நான்கு கால்களில்தான் நடப்பேன் என சத்தியம் செய்வது, குற்றவுணர்ச்சிகளின் பொருட்டு நாம் மறைமுகமாகச் செய்யும் கோமாளித்தனங்களில் சின்னதொரு உதாரணம்.

பூபென் இந்த இடத்தில் 'நான்கு கால் ஜீவராசிகளின் உலகம் இரண்டு கால் ஜீவிராசிகளின் உலகத்திலிருந்து முற்றிலும் வேறுபட்டதென நினைத்தான். உங்களது தலை தாழ்ந்திருக்கும் போது, தூசு, சேறு, கண்ணாடிச் சில், சாக்கடைக் கழிவுகள் மூக்குத் துவாரங்களை அடைத்துவிடுகின்றன. பசுஞ்சாணி, ஆட்டுப்புழுக்கை, நாய்ப் பீ போன்றவற்றைக் கடந்து செல்லும் போது முட்டிகள் கழிவுப் பொருட்களால் தேய்ந்துபோய்விடுகின்றன' என்று எழுதுகிறார்.

அதீத உணர்ச்சிகளை முன்னிலைப்படுத்தும் படைப்புகள் மனிதர்களிடம் போலித்தனமான கண்ணீரையும் சோகத்தையும் கோருவதோடு அவர்களை ஏதோவொரு வகையில் சிந்திக்க லாயக்கற்றவர்களாக்கி முட்டாளாக்குகின்றன. கோஸ்டா ரிகாவைச் சேர்ந்த எழுத்தாளர் *Luis Negron, 'I think that melodrama is a safe way of suffering, because your suffering is fake. That's why I like melodarama'* என ஓரிடத்தில் குறிப்பிடுகிறார். பூபென் கேலி செய்வதும் இந்த வகையான மெலோ ட்ராமா உணர்வுகளைத்தான். 'மனிதன் தன் ஆசைகளை ஒருபோதும் வெல்ல முடியாது' என்கிற உண்மை காலம் காலமாக நமது கதைகளில் சொல்லப்பட்டு

வந்தாலும் அது ஒவ்வொரு காலத்திலும் புதிய அனுபவத்தைத் தரக்கூடியதாகத்தான் இருக்கிறது.

ஹெஸ்ஸேவின் சித்தார்த்தா நாவலில் வரும் நாயகனும் சம்சாரா என்னும் திபெத்திய படத்தில் வரும் நாயகனும் ஞானத்தைத் தேடிச் சென்றவர்கள்தான் என்றாலும் தங்களின் ஆசைகளைக் கடந்து செல்ல முடியாதவர்கள். உலகின் மீதான பற்றென்பது வாழ்வின் மீதான விருப்பம். இச்சைகளே இல்லை என்று சொல்கிறவர்கள் தன்னையும் இந்த உலகையும் ஒருசேர ஏமாற்றுகிறவர்களாய் இருக்கிறார்கள். சம்சாரா என்னும் அந்தப் படத்தில் துறவறத்தின் கடுமையான பயிற்சிகளுக்குப் பழக்கப்பட்டவன் நாயகன். திருவிழாவில் ஒரு பெண் தன் குழந்தைக்குப் பாலூட்டுவதைக் கண்டு சலனமுறுகிறான். அந்தச் சில நிமிட இச்சை அத்தனை காலத் துறவற வாழ்வை மீறி வெளிவருகிறதென்றால் அதுதான் மனித மனம்.

பூபெனின் ஓவியங்கள் கதைகளில் பாலுணர்வு அதிகமாக இருப்பதாக ஒரு கருத்து நிலவுகிறது. பொதுப்புத்திக்குப் பழக்கப்பட்டவர்கள் தன்னைப்போலவே யாரும் அதை மீறக்கூடாதென்றுதான் எதிர்பார்க்கிறார்கள். ஏனெனில் அவர்களைப் போல் இல்லாத எவர் ஒருவரைக் கண்டும் அவர்கள் அச்சமுறுகிறார்கள். குறிப்பாக கலைஞர்களாக இருக்கிற பட்சத்தில் அந்தச் சமூகத்தின் அச்சமானது அச்சமூகத்தை இயக்கும் அதிகாரத்தின் அச்சம். ‘பாதுகாப்பு என்ற சொல்லை நீங்கள் அனைவரும் வெறுக்க வேண்டும். கல்வியில், திருமணத்தில், பயணத்தில், வேலையில், அக்கம்பக்கத்தில், சுற்றுலாவில் என்று எங்கிருந்தாலும் நாம் பாதுகாப்பாக இருக்கவே விரும்புகிறோம். நாம் முன்பே அறிந்த மக்களுக்கும் இடத்திற்கும் பாதுகாப்பு கோருகிறோம். நமக்கு நன்கு அறிமுகமானவர்களிடம் பாதுகாப்பு கிடைக்கிறது. அறியாதவர்கள் மத்தியில், ரயிலில், தெருவில் வகுப்பறையில் இருக்கும் கணத்தில் சஞ்சலம் அடைகிறோம் சங்கடப்படுகிறோம்,’ என்று தனது உரையொன்றில் பூபென் குறிப்பிட்டதையே அவரை அணுகுவதற்கான மந்திரச் சொற்களாக பார்க்கிறேன்.

நன்றி: புனைகளம்

4. ரிஷிகேஷ் பாண்டாவின் தானபுலா சொன்ன கதை

இந்திய இலக்கியத்தின் தனித்துவமான சிறுகதை எழுத்தாளர்களில் ஒருவர் ரிஷிகேஷ் பாண்டா. எழுத்தாளர் என்பதை விடவும் ஆற்றல்மிக்க கதைசொல்லி என்று அவரைச் சொல்வதே சரியாக இருக்கும். ஒரு மொழியில் எழுதப்படும் கதைகளை வாசிக்கையில் அந்த நிலத்தின் வாழ்வியலை நாம் அறிந்துகொள்ள முடியும். இந்தியா என்பது பல்வேறு நிலங்களின் கூட்டு. அந்த நிலப்பரப்பு ஒவ்வொன்றிலும் பல்லாயிரக் கணக்கான கதைகள். இந்தியர்களுக்கு நிலமே பிரதானம். எத்தனை நாகரிக மாற்றங்கள் வந்தாலும் நாம் நிலத்தை பூமா தேவியாகவும், நீரை கங்கா மாதாவாகவும் பார்த்துப் பழகியவர்கள்.

வட இந்தியர்களிடம் ஒரு பழக்கமுண்டு. எந்த ஊருக்குப் பயணம் செய்தாலும் ஆறு குளங்களைக் கண்டதும் முதலில் நீரை அள்ளி தலையில் தெளித்து அந்த நீருக்கு மரியாதை செய்வார்கள். எந்த ஊரின் ஏரியானாலும் குளமானாலும் நீர் கங்கா மாதா என்பது அவர்களின் நம்பிக்கை. நாம் எதற்கெல்லாம் அச்சப்பட்டமோ, எதையெல்லாம் கொண்டாடினோமோ அதையெல்லாம் வழிபட்டோம். கதைகளும் பாடல்களும் அதனால்தான் இயற்கையைச் சுற்றியே உருவாகின.

இந்திய நாவல்களுக்குள்ளும் சிறுகதைகளுக்குள்ளும் நாம் தரிசிக்க முடிந்த நிலக் காட்சிகளை வேறு எந்த நிலத்துடனும் ஒப்பிட முடியாது. வங்கத்து கதைகளில் வரும் கிராமங்களும், அசட்டையான கல்கத்தா நகரமும், கிழக்கிந்தியாவின் பிரதான அடையாளமென்றால் தமிழ் மற்றும் மராத்திய கதைகளில் வரும் வறண்ட நிலங்கள் தென்னிந்தியாவின் முகம். இந்தியப் புனைவுகளில் நாம் காண முடிந்த நிலங்களையும் மனிதர்களையும் மட்டும் தனியாகப் பிரித்து எழுதினால் அது சுவாரஸ்யமான தொகுப்பாக வரக்கூடும்.

ஓரிய இலக்கியத்தின் கலை இலக்கிய வரலாற்றில் பாண்டாவுக்கு மிக முக்கியமான பங்குண்டு. எழுத்தாளர், சமூகச் செயல்பாட்டாளர் என பன்முகம் கொண்டவர். ஒரு தேர்ந்த கதைசொல்லி வெவ்வேறு ஆளுமைத் திறன் கொண்டவனாகத்தான் இருக்க முடியும். எர்னஸ்ட் ஹெம்மிங்வே, ஜாக் லண்டன் கதைகளில் இருக்கும் சாகசம் அவர்களே நிகழ்த்திப் பார்த்தவை. ஹெம்மிங்வே வேட்டைக்காரர் என்றால் ஜாக் லண்டன் பனிப் பிரதேசங்களில் தங்க வேட்டைக்குச் சென்றவர். வாழ்வின் அபூர்வ தருணங்களை ரத்தமும் சதையுமாய் தரிசிக்காதவர்களின் எழுத்து காலத்தின் சவால்களை எதிர்கொள்ள முடியாமல் அழிந்துவிடும்.

ஓரிய பழங்குடி மக்களின் வாழ்வோடு கலந்துவிட்டவர் ரிஷிகேஷ் பாண்டா. அவருடைய எழுத்து குறித்து எழுதவேண்டுமென முடிவுசெய்தபோது எந்தக் கதையைத் தனியாகத் தேர்வு செய்வது என்கிற குழப்பம் வந்தது. ஒவ்வொரு கதையும் இன்னொரு கதையைவிடச் செறிவானதாகவும் முக்கியமானதாகவும் தெரிகிறது. பத்து வருடங்களுக்கு முன் அவருடைய சிறுகதைத் தொகுப்பை வாசித்தபோது என்ன மாதிரியான உணர்ச்சிகள் எழுந்தனவோ அதே உணர்வெழுச்சிகள் இப்போது வாசிக்கையிலும் எழுகின்றன.

ஒரு பரந்த தேசத்தில் வசிக்கும் மக்கள் அனைவருக்கும் வாழ்க்கை ஒரே மாதிரியானவையாய் இருப்பதில்லை. பெருநகரங்களில் வசிப்பவர்களின் தேவைகளுக்காகக் காடுகளிலும் மலைகளிலும் வசிக்கும் பழங்குடி மக்கள் சுரண்டப்படுகிறார்கள், தங்கள் நிலங்களில் இருந்து துரத்தப்படுகிறார்கள் என்பதுதான் கசப்பான உண்மை. ஒற்றை தேசம் ஒற்றை அரசு ஒற்றை மொழி என நாம் பிதற்றிக்கொண்டிருப்பது எத்தனை பைத்தியக்காரத்தனமானது என்பதை காடுகளுக்குள் பயணித்தவர்கள் நன்கறிவர்.

சில வருடங்களுக்கு முன் நியமகிரி மலைப்பகுதியில் நண்பர்களோடு சுற்றுகையில் அந்தப் பழங்குடி மக்களின் எளிய வாழ்க்கை முறையைக் காண ஆச்சரியமாக இருந்தது. நகர வாழ்வு நம்மை எப்போதும் நுகர்வோராகவே வைத்திருக்கிறது. நமது நுகர்வுத் தேவைகளுக்காகக் காடுகளில் இருந்தும் மலைகளில் இருந்தும் என்னவெல்லாம் கிடைக்குமோ அவ்வளவையும் சுரண்டிக் கொள்கிறோம்.

தங்கள் நிலங்கள் சுரண்டப்படுவதற்கு எதிராகப் போராடும் எளிய பழங்குடி மக்களை இந்திய ராணுவம் கருணையின்றி வேட்டையாடுவதைத் தனது எழுதப்படாத விதியாகக் கொண்டுள்ளது. ராணுவமும் வனத்துறையும் எவ்வளவு மூர்க்கமாக அந்த மக்களை ஒடுக்கினாலும் பழங்குடி மக்கள் ஓய்வின்றிப் போராட்டங்களைத் தொடர்ந்து நடத்தியபடிதான் இருக்கிறார்கள். கடந்த பத்து வருடங்களில் இந்திய தேசியத்திற்கு எதிரான மகத்தான போராட்டங்கள் எல்லாம் பழங்குடி மக்களால் நடத்தப்பட்டவையே. என்னளவில் இந்திய அரசியலின் எதிர்காலம் வனங்களுக்குள் இருந்துதான் உருவாக முடியுமெனத் திடமாக நம்புகிறேன்.

எண்பதுகளின் தொடக்கத்தில் லத்தீன் அமெரிக்கக் கதைகள் உலகம் முழுக்க கவனம் பெற்றதற்கு அந்தக் கதைகள் கையாண்ட கதையும் கதைமொழியுமே முக்கியமான காரணங்கள். சிக்கலான அரசியல் பிரச்சனைகளைச் சொல்ல லத்தீன் அமெரிக்க எழுத்தாளர்கள் யதார்த்தத்தை மீறின புதிய உத்திகளைக் கையாண்டனர். நீண்ட பழங்குடி கலாச்சாரத்தைக் கொண்ட மாயன் இன மக்கள் ஸ்பானிஷ் மொழி ஆதிக்கத்தின் கீழ் வந்து அலைக்கழிக்கப்பட்டு தங்களது ஆதார மொழியும் இல்லாமல் ஆக்கிரமித்த மொழியும் இல்லாமல் ஒரு புதிய மொழியில் எழுத விளைந்ததன் முயற்சியே மாய யதார்த்தவாதக் கதைசொல்லல் முறை.

லத்தீன் அமெரிக்கப் பழங்குடி மக்களுக்கு என்னவெல்லாம் நேர்ந்தனவோ அவை எல்லாமே இந்தியாவின் மத்தியப் பகுதியில் காடுகளுக்குள் வாழும் பழங்குடி மக்களுக்கும் நேர்ந்தன. இப்போதும் நேர்கின்றன. ஏராளமான மொழிகளை முற்றிலுமாக ஒழித்து ஹிந்தியை வலுக்கட்டாயமாக அவர்களிடம் திணித்து அவர்களை அடையாளமற்றவர்களாய் ஒற்றை தேசியவாதிகள் மாற்றுகிறார்கள். அடையாளங்களைத் தொலைத்த அந்த

மனிதர்களின் அவலங்களையும் காலம் காலமாய் வனத்திற்கும் அவர்களுக்கும் இருந்த உறவையும் சொல்பவை ரிஷிகேஷ் பாண்டாவின் கதைகள்.

பாண்டாவின் பெரும்பாலான கதைகள் ஊர்களின் கதைகளாகவே இருக்கின்றன. அரிதாகவே தனித்த ஒரு மனிதரின் கதையைச் சொல்கிறவராக இருக்கிறார். அவருடைய கதைகளில் நிலமும் ஒரு முக்கியமான பாத்திரமாய் மாறிப்போகிறது. தானபுலா சொன்ன கதையைப் போலவே கோரஸ், ஓர் அழகான வேடிக்கை அது, நாரைகள், ஒரு சுழற்காற்று பேய் போன்ற கதைகளையும் ஒரே நேரத்தில் குறிப்பிட்டு எழுத யோசித்தேன். இந்தக் கதைகள் ஒவ்வொன்றும் ஒவ்வொரு விதத்தில் முக்கியத்துவமானதாய் இருந்த போதும் தானபுலா சொன்ன கதை ஒரு நாவலாக எழுதக்கூடிய பெரும் வாழ்வைச் சிறுகதையாய்ச் சொன்னதன் மூலம் எனக்கு முக்கியமானதாகப்பட்டது.

இந்திய இலக்கிய உலகின் தலைசிறந்த எழுத்தாளரான பிரேம் சந்தின் சில கதைகளும்கூட இதுபோல் நாவல் அளவிற்கு விரியக்கூடிய பெரிய வாழ்க்கைப் பரப்பைச் சில பக்கங்களுக்குள் எழுதியவைதான். பாண்டாவைப் போலவே பிரேம் சந்தும் இந்திய எளிய மக்கள் நிலத்தோடு மேற்கொள்ளும் போராட்டத்தையும் வறுமையையும்தான் எழுதினார். தனி மனிதனின் அகச் சிக்கல்களையே சிறுகதைகள் பிரதானப்படுத்தும் சூழலில் ஒரு சமூகத்தின் புறவயமான அரசியல் சிக்கல்களையும் அதன் மூலமாகச் சாதாரண மனிதர்கள் எவ்வாறு பாதிக்கப்படுகிறார்கள் என்பதன் வேரைத் தேடிச் செல்வதும் முக்கியமானது. முன்பே குறிப்பிட்டதுபோல் லத்தீன் அமெரிக்கக் கதைகளின் தனித்துவம் அந்தக் கதைகள் தங்கள் அரசியலைக் கையாண்ட விதம்தான்.

'நாரைகள்' கதையை இன்றைக்குத் தமிழகத்தின் நிலையோடு ஒப்பிட்டுப்பார்த்துக்கொள்ளலாம், சில கதைகள் உலகம் முழுமைக்குமாகப் பொருந்துமே அப்படிப் பொருந்தக்கூடிய ஒரு கதை. 'அவர்களது அகன்ற பார்வையும், அமைதியும், பொறுமையின்மையும் இரைக்குக் காத்திருக்கும் நாரைகளை நினைவூட்டின' எனத் தொடங்கும் கதை அதிகார மையங்களுக்கு இயற்கை வளங்களின் மீதிருக்கும் கொடும் பசியை நமக்கு உணர்த்துகின்றன.

எண்ணெய் வளங்களுக்காக லத்தீன் அமெரிக்காவில் அமேஸான் பழங்குடிகள் துரத்தப்பட்ட வரலாறு உலகமே அறிந்த ஒன்று. கடந்த நூறு ஆண்டுகளில் உலகில் நடந்த முக்கியமான அரசியல் நிகழ்வுகள் ஒவ்வொன்றும் எண்ணெய் அரசியலை மையப்படுத்தியவையே.

இந்தக் கதையில் வரும் சோனாபாட் என்னும் கிராமம் வளம் நிறைந்தது. இங்கிருந்து எரிபொருள் திருடுவதற்காக வரும் அதிகாரிகள் அந்த மக்களை அவர்களின் நிலங்களில் இருந்து துரத்த என்னவெல்லாம் செய்கிறார்கள் என்பதை வாசிக்கையில் இன்றைக்கு தமிழகத்தின் டெல்டா மாவட்ட மக்களின் நிலையைப் புரிந்துகொள்ள முடிகிறது. இயற்கை எரிவாயு எடுப்பதற்காக இன்னும் சில வருடங்களில் மொத்த டெல்டா நிலங்களும் சூறையாடப்படும். வளமான நெல் விளையும் நிலங்கள் மலடாகி நாம் உணவுக்குக் கையேந்துவோம். இதுவெல்லாம் நம் தலைமுறையில் நம் கண் முன்னே நடக்கப்போகிறது. ஆட்சியாளர்கள் வேண்டுமானால் சுதந்திர இந்தியாவில் வேறு வேறானவர்களாய் இருந்திருக்கலாம். ஆனால் அவர்கள் ஆட்சி நடத்தியது, நடத்திக்கொண்டிருப்பது உலகம் முழுக்கவிருக்கும் தொழில் நிறுவனங்களுக்காகத்தான்.

லண்டனில் உட்கார்ந்துகொண்டு வேதாந்தா முதலாளியால் தூத்துக்குடியின் வீதிகளில் அப்பாவி மக்களின் மீது அவர்களின் சொந்த மக்களை வைத்தே துப்பாக்கிச் சூடு நடத்த முடிகிறதென்றால் உண்மையில் நம்மை ஆள்வது யார்? இது பிரச்சனைதானே? இதை எழுதினால் கதையாகுமா? என்று கேட்கலாம், கலையின் நோக்கமும் தேவையும் மக்களின் வாழ்விற்கானது. தனி மனிதனின் அகச்சிக்கலை எழுதுவது எவ்வளவு முக்கியமோ அதேயளவு அவன் எதிர்கொள்ளும் அரசியல் சிக்கல்களை எழுதுவதும் முக்கியம்.

கார்மன் நரான்ஹோவின் மிகச் சிறந்த கதையான 'நாங்கள் மழையை விற்றுவிடோம்' கதையும் சற்றேறக்குறைய இதே பிரச்சினையைப் பேசுகிறது. மழை அதிகமாகப் பெறும் ஒரு நிலம் பேராசையின் காரணமாய் மழை வளத்தை வேறு ஒரு தேசத்திற்கு விற்றுவிடுவதால் ஏற்படும் பேரிடர்களைப் பேசும் கதை இது. மறைமுகமாக இயற்கை வளங்களை அமெரிக்க நிறுவனங்களுக்கு விற்கும் லத்தீன் அமெரிக்க அரசுகளைக் கடுமையாக விமர்சிக்கும் கதை இது. ஒரு கதை, மொழி தாண்டி

தேசம் தாண்டி பேசும்போது அது மையப்படுத்தும் அரசியல் முக்கியமாகிறது.

சிறுகதைகளுக்கான வழமையான கதை சொல்லல் முறையிலிருந்து துண்டித்துக்கொண்டு புதிய மொழியில் அமைந்திருக்கிறது தானபுலா சொன்ன கதை. ஒரு விதூஷகியைப் போல், கட்டியம் கூறுபவளைப் போல் தானபுலா பெருந்திரளான மக்களுக்கு முன்னால் இந்தக் கதையைச் சொல்லத் தொடங்குகிறாள். அரங்க நாடகங்களின் தொனியில் தொடங்கும் கதை சடாரெனச் சிறுகதை இலக்கணத்திற்கான இறுக்கமான வடிவத்திற்கு மாறுகிறது.

தான் சொல்லப்போகும் கதையை மையப்படுத்தி தானபுலா வாசிக்கிறவர்களை நகர்த்திவிடுகிறாள். சிறுகதைகளுக்கான உத்தியை நாம் எவ்வாறு வேண்டுமானாலும் எடுத்துக்கொள்ளலாம். ஆனால் ஒரு கதை எடுத்துக்கொண்ட அல்லது சொல்ல விளைந்த விஷயத்திலிருந்து விலகாமல் இருக்க வேண்டியது முக்கியம். ஒரு குடியரசு தினக் கொண்டாட்டத்தின்போது அவள் பேசுகிறாள். இந்தக் குடியரசு தினமானது இந்தத் தேசத்தின் மக்களுக்கு எவ்வளவு பாரபட்சமாக இருக்கிறது என்பதை காடுகளில் வாழும் தங்களின் வாழ்வை முன்னிட்டு சொல்கிறாள். இரண்டு தலைமுறை மனிதர்களையும் அவர்களின் வாழ்வையும் அவளின் குரலில் சொல்வதே இந்தக் கதை.

ஆற்றாமையின் குரலுக்கு ஒரு நேரடித் தன்மையும், கூரிய வாளைப்போல் கேட்கிற ஒவ்வொருவருக்குள்ளும் இறங்கும் வலிமையும் உண்டு. தானபுலாவின் சொற்களும் அப்படித்தான் நமக்குள் இறங்குகின்றன. “இதற்கு முன்னே எல்லோராலும் ஒவ்வொருவராலும் நாம் சுரண்டப்பட்டோம், நம் நிலத்திலிருந்து மரம் வெட்டிக் கொள்வதற்கு அரசனுக்கு வரி செலுத்தினோம். நம் மரங்களின் பழங்களை உண்பதற்கு நமக்கு அனுமதியில்லை. நிலவரி கட்டுவதற்காக, நெல்லும் ராகியும் நான்கைந்து மைல் தூரம் சுமந்து சென்றோம். தசரா விழாவின்போது ஏழு மைல் தூரம் கால்நடையாக நடந்துபோய், அரசன் முன் நடனமாடினோம். கூலி ஒன்றும் பெற்றுக்கொள்ளாது ஆடிவிட்டு, முப்பத்தாறு ஜாதிகளையும் மூன்று கலிங்க நாடுகளையும் ஆள்கிறவன் என்று அரசன் பெயர் பெறுவதற்காக, சாலையோரங்களில் படுத்துத் தூங்கினோம்” என்று அவள் சொல்லத் தொடங்கும்போது நமக்கு

வனங்கள் குறித்தும் பழங்குடிகள் குறித்தும் இருக்கும் அத்தனை பிம்பங்களும் உடைந்துபோகின்றன.

2003ம் வருடத்தில் ஏழெட்டு மாதங்களுக்கும் மேலாக தேசிய வழிச்சாலைகளில் செல்லும் லாரியில் க்ளீனராக வேலை செய்த அனுபவம் எனக்கு உண்டு. இந்தியாவின் வெவ்வேறு மாநிலங்களில் சாலை வேலைகளுக்கும் கட்டட வேலைகளுக்குமாகத் துரத்தப்பட்டிருப்பவர்கள் பழங்குடி மக்கள். அதிலும் குறிப்பாக ஓரியாவின் மலைவாழ் மக்களும், சந்தால் பழங்குடி மக்களும். காட்டுயிர் பாதுகாப்பு, பாதுகாக்கப்பட்ட வனம் என்ற பெயரில் பழங்குடிகள் துரத்தப்பட்டு அங்கு பிரம்மாண்டமான ரிசார்டுகள் கட்டுப்படுவதும் இயற்கை வளங்களைச் சுரண்டும் ஆலைகள் உருவாவதும் இன்னும் தொடர்கிறது.

தன் நிலத்திலிருந்து துரத்தப்படும் பழங்குடி ஒருவன் தனது மொத்த வாழ்வாதாரத்தையும் இழக்கிறான். எளிய தேவைகளுக்காகக்கூட கடன் வாங்குகிறான். இந்தக் கதையில் ஓரிடத்தில் இப்படி வருகிறது, "மகன் திருமணம் செய்துகொண்டால், திருமணக் கடனுக்காக அவன் அப்பன் அடிமையானான். வனத்துறையினர் ஒருவனைக் கைது செய்தால், அவன் குடும்பமே அப்படி ஆயிற்று. நிலவரி செலுத்த முடியவில்லை என்பதால் அடிமை ஆனாய் நீ. இன்னும் அடிமை முறை ஒழிக்கப்படவில்லை என்றாலும் அதை ஒழிக்க ஒரு சட்டம் இருக்கிறது இப்போது."

வரலாற்றில் ஒருபோதும் கையேந்திப் பழக்கப்படாத பழங்குடிகள் தலைமுறை தலைமுறையாய் கடனாளிகளாய் ஆக்கப்படுகிறார்கள். தானபுலாவிற்கு ஒரு காதலன் இருக்கிறான், அவனை ஒருநாள் வனத்துறை அதிகாரி கூப்பிட்டாரான ஒருவன் கூட்டிச் செல்கிறான். அதன்பிறகு அந்தக் காதலன் திரும்பவில்லை. இப்படி ஒருபோதும் திரும்பாத எத்தனையோ பழங்குடி ஆண்கள் இந்தியாவின் எல்லா வனப்பகுதிகளிலும் இருக்கிறார்கள். வீரப்பன் தேடுதலில் தமிழக கர்நாடக வனத்துறையினரால் காணாமலாக்கப்பட்ட பழங்குடிகள் எத்தனையெத்தனை பேர். அவர்களுடைய கதையைக் கேட்கும்போது இரக்கப்படுகிறோம், ஆனால் அவர்கள் நம்மிடம் வேண்டுவது இரக்கத்தையல்ல, அவர்களுக்கான நீதியை.

தானபுலாவின் காதலனைத் தொடர்ந்து நிறையபேர் காணாமல் போகிறார்கள். ஒருநாள், வனத்துறை அதிகாரிகளும் வேறுசில

அதிகாரிகளும் அங்கு வந்து 'உங்களுக்கு வேறு நிலம் ஒதுக்கப்பட்டிருக்கிறது நீங்கள் அங்கு செல்லலாம்' என்று சொல்லும்போது அந்த மக்கள் அதற்கு இசைய மறுக்கிறார்கள். சில நாட்கள் யாருடைய இடைஞ்சல்களும் இல்லாமல் அவர்கள் இயல்பு வாழ்வைத் தொடர, ஓர் இரவு ஆறேழு ட்ரக்குகளில் வரும் வனத்துறையினர் கட்டாயமாக அவர்களை ஏற்றிக் கொண்டு வெவ்வெறு இடங்களில் சென்று இறக்கிவிடுகிறார்கள். அவர்கள் காட்டிலிருந்து பஞ்சம் பிழைக்க வந்து சேர்ந்தது இப்படித்தான். ஆனால் அங்கும் அவர்கள் வாழ்க்கை நரகமாகவே தொடர்கிறது. அவர்கள் வலிந்து குடிகாரர்களாக்கப்படுகிறார்கள். குடிப்பதற்காகவே தங்கள் உடைமைகளை இழக்கிறார்கள். இராண்டாயிர வருட பாரம்பரியத்தில் ஒரு பழங்குடி தனது அன்றாடத் தேவைகளுக்காகத் திருடத் தொடங்கி அந்த இனத்தில் திருடனாகிறான். நினைவிருக்கிறதா கேரளத்தின் மதுவை? ஒரு கவளம் அரிசி திருடியதற்காகக் கொலை செய்யப்பட்டான். உங்களால் அவனை நினைவுகொள்ள முடியுமென்றால் உலகம் முழுக்கவும் வாழ்வாதாரங்களை இழந்து துரத்தப்படும் பழங்குடிகளை அடையாளம் கண்டுகொள்ள முடியும். அவர்கள் எல்லோருக்கும் ஒரே முகம்தான்.

வெவ்வேறு நிலங்களுக்குத் துரத்தப்பட்டவர்களில் சிலர் ஏவல் வேலைகளுக்குச் செல்கிறார்கள், சிலர் கொத்தடிமைகளாகிறார்கள், இன்னும் சிலர் நக்சல்பாரிகளாகிறார்கள். இந்த நகசல்பாரிகளைத் தேடி பாதுகாப்புப் படை வீரர்கள் மீண்டும் காட்டுக்குள் நுழைந்து மிச்சம் மீதியிருக்கும் மக்களைத் துப்பாக்கி முனையில் மிரட்டுகின்றனர். இன்னொரு வெளியிலிருந்து வந்து காட்டிற்குள் குடியேறும் புதிய மனிதர்களாலும் அவர்களுக்கு நெருக்கடி. போலிஸ்காரர்கள், வனத்துறையினர், பாதுகாப்புப் படையினர், ராணுவத்தினர், வட்டிக்காரர்கள் எத்தனையெத்தனை பேரைக் கண்டு அம்மக்கள் அஞ்சி ஓடுவது?

சாலைபோடும் வேலை முடிந்ததும், ரயில்வே ட்ராக் போடும் வேலைக்குச் செல்கிறார்கள். உடலில் வலு இருக்கும்வரை உழைத்தே ஆகவேண்டுமென்கிற நிர்ப்பந்தம் அவர்களுக்கு. "என் வாழ்நாளின் நிகழ்ச்சிகளும் தியாகத்திற்கு ஒப்பானவைதான். ஓர் இனக்குழு மக்கள் செய்த ஒட்டுமொத்த தியாகத்தின் தொகுப்பு அது" என்கிறாள் தானபுலா. "எங்கள் நிலங்கள் எங்கே போயின?

எங்கள் குடும்பங்கள் என்ன ஆனார்கள்? இவையெல்லாம் ஏன் நடந்தது?" என விடையே கிடைக்காத ஏராளமான கேள்விகளை அம்மக்கள் கூட்டத்திடம் கேட்கிறாள் என்பதோடு முடிகிறது கதை.

இந்தக் கதை நேரடியான மொழியில் சொல்லப்பட்டிருக்கிறது. உண்மையில் தானபுலாவின் பார்வையாளர்கள் கதையில் யாரென்று சொல்லப்படவில்லை. கவனமாக வாசிக்கும் போதுதான் தானபுலா வாசிக்கிறவர்களைப் பார்வையாளராக்கிக் கதை சொல்லிக் கொண்டிருக்கிறாள் என்பது புரியும். கதை சொல்லி மரபில் காலம் காலமாய் ஒரு வழக்கமுண்டு. கதை கேட்பவரையும் கதைக்குள் ஒரு பாத்திரமாக்குவது. பாண்டா இந்தக் கதையில் தானபுலா மூலமாகச் செய்து காட்டியிருப்பது அதைத்தான். இதனாலேயே கதையின் சம்பவங்களைக் கடந்து செல்வது நமக்கு எளிதாக இல்லை.

சிறுகதைக் கலை குறித்து தி.ஜானகிராமன் பின்வருமாறு கூறுகிறார்.

'எந்தக் கலைப்படைப்புக்கும் முழுமையும் ஓர்மையும் அவசியம். அவை பிரிக்க முடியாத அம்சங்கள். சிறுகதையின் உயிர்நாடி அவை. ஓர் அனுபவத்தைக் கலை வடிவில் வெளிப்படுத்த சிறுகதையில் இடமும் காலமும் குறைவு. எனவே எடுத்துக் கொண்ட விஷயம் உணர்வோ, சிரிப்போ, புன்சிரிப்போ, நகையாடலோ, முறுக்கேறிய, துடிப்பான ஒரு கட்டத்தில்தான் இருக்க முடியும். சிறிது நேரத்தில் வெடித்துவிடப்போகிற ஒரு தெறிப்பும், ஓர் அவசரத் தன்மையும் நம்மை ஆட்கொள்ள வேண்டும். தெறிக்கப்போவது பட்டுக் கயிறாக இருக்கலாம். எஃகு வடமாக இருக்கலாம். ஆனால் அந்தத் தெறிப்பும் நிரம்பி வழிகிற துடிப்பும் இருக்கத்தான் வேண்டும்.'

தானபுலா சொன்ன கதை விஸ்தாரமான காலத்தை நம்முன் தந்தாலும் எடுத்துக்கொண்ட விஷயத்திலிருந்து கொஞ்சமும் நகரவில்லை. ஒரு சிறுகதைக்கு ஆக முக்கியமான இறுக்கமும் தெறிப்பும் இந்தக் கதையில் நிரம்பி வழிகிறது. மேலும் இறுக்கமான மொழியைத் திணித்து நம்மைத் துன்புறுத்தவில்லை. பாண்டா நாடகங்களும் எழுதக் கூடியவர் என்பதால் இந்தக் கதையின் கதாபாத்திரங்கள் குறித்த சித்திரத்தை நாம் தெளிவாக உள்வாங்கிக் கொள்ள முடிகிறது.

ஒரு கதையின் நிகழ்களத்தையும், மனிதர்களையும் வாசிக்கிறவர்கள் தெளிவாக உணர்ந்துகொள்ள முடியும்போதுதான் கதையில் நிகழும் சம்பவங்கள் உணர்த்த வரும் துயரமோ, களிப்போ, கேலியோ அதை முழுமையாக உணர முடியும். கதையை மீறின மொழி வாசிக்கிறவனைத் தொந்தரவு செய்வதோடு தொடர்ந்து வாசிப்பதின் மீது எரிச்சலையும் உருவாக்கிவிடுகிறது.

உலகின் மிகச் சிறந்த சிறுகதையாசிரியராக செகாவ் கருதப்படுவதற்கு அவர் எடுத்துக்கொண்ட கதைக்களங்கள் மட்டுமல்ல, அதை அவர் சொன்ன விதமும், கையாண்ட மொழியுமே முக்கியக் காரணம். செகாவின் அனேகக் கதைகளின் மொழி வாசகனோடு நேரடியாக உரையாடக் கூடியவை. இந்திய எழுத்தாளர்களில் வைக்கம் முகமது பஷீரின் கதைகளில் அந்தத் தன்மை மிகுந்து காணப்படும். அபூர்வமாகவே எழுத்தாளர்களுக்கு வாசகர்களின் மனதோடு நெருக்கமாகப் பேசக்கூடிய மொழியைக் கையாளும் திறன் வாய்க்கிறது. ரிஷிகேஷ் பாண்டா அவர்களில் ஒருவர். எழுத்தாளர் தமிழ்நாடன் அவர்களால் மொழிபெயர்க்கப்பட்டு அலைகள் வெளியீட்டகத்தால் ரிஷிகேஷ் பாண்டாவின் பன்னிரண்டு சிறுகதைகள் அடங்கிய தொகுப்பாகப் பல வருடங்களுக்கு முன் வெளியாகியது. கடந்த வருடம் சாகித்திய அகாதெமி அவருடைய நாடக நூல் ஒன்றையும் தமிழில் மொழிபெயர்த்து வெளியிட்டுள்ளது.

தமிழில் பழங்குடி மக்களைக் குறித்து எழுதப்பட்ட சிறுகதைகள் வெகு குறைவு. வளமான காடுகளும், ஏராளமான பழங்குடி மக்களும் நிறைந்த ஒரு மொழியில் அவர்கள் குறித்த கதைகள் சொல்லப்படாமல் இருப்பது துரதிர்ஷ்டவசமானது. அரிதாகச் சொல்லப்படும் ஒருசில கதைகளும் கதைசொல்லிகள் பார்வையாளராய் இருந்து எழுதுகிறவைகளாகவே இருக்கின்றன.

ஒரு தமிழ்த் திரைப்படத்தின் தொடக்கக் காட்சியில் பழங்குடி சமூகத்தைச் சேர்ந்த நாயகன் (அதிலும் வனத்துறை அதிகாரி வேறு) புலியை வேட்டையாடித் தூக்கிவருவதுபோல் ஒரு பாடல் இருக்கும். மாபெரும் வெற்றி பெற்ற அந்தப் படத்தின் அந்தக் காட்சியை நாம் எல்லோருமே ரசித்துக் கடந்தோம். காட்டுயிர்களுக்கும் பழங்குடிகளுக்குமான உறவு ஆழமானது. அதைப் பார்வையாளர்களின் மனநிலையில் எதிர்கொள்ளும்

மனிதர்களால் அதிகம் புரிந்துகொள்ள முடிவதில்லை. ‘சோளகர் தொட்டி’ மாதிரி ஒருசில புனைவுகளைத் தவிர காடுகள் குறித்து, தமிழில் எழுதப்பட்ட பெரும்பாலான புனைவுகள் பார்வையாளர்களின் மனநிலையில் எழுதப்பட்டவை என்பதுதான் தமிழ் இலக்கியத்திற்கு நேர்ந்த துரதிர்ஷ்டம்.

5. ப்ரேம் சந்தின் 'கைப்பிடியளவு கோதுமை'

'வாழ்வைப் பற்றி எழுதுவதற்கு முதலில் நீங்கள் வாழ்ந்திருக்க வேண்டும்.'

- எர்னஸ்ட் ஹெம்மிங்வே

கலையின் துணையோடுதான் வாழ்வின் புரிபடாத பகுதிகளை நம்மால் புரிந்துகொள்ள முடிகிறது. மனிதர்கள் சோர்ந்துபோகும் போதும், தோற்றுப்போனதாகக் கவலை கொள்கிறபோதும் கலைதான் அவர்களை ஆற்றுப்படுத்துகிறது. ஏனெனில் எல்லாக் கலை வடிவங்களும் மனித மனங்களின் ஆழத்தையும் சிக்கல்களையுமே பிரதிபலிக்கின்றன. தனித்திருக்கையில் ஒரு பறவையின் குரலையொத்த இசையொலிக்குத் தன்னையறியாமல் ஒரு மனிதனால் கண் கலங்க முடிகிறதென்றால் இசை அவனோடு அந்தரங்கமாய் உரையாடுகிறது என்றுதானே அர்த்தம். எழுத்து, நாடகம், ஓவியம், திரைப்படம் எல்லாம் அப்படித்தான். கலையோடு ஒரு மனிதன் கொள்ளும் அந்தரங்கமான உரையாடலை இன்னொரு மனிதனால் புரிந்துகொள்ளவே முடியாது. அதனால் தான் ஜனநாயகத்திற்கு எதிரான சக்திகளின் கை ஓங்கும்போது

அவர்கள் முதலில் கலை வடிவங்களை ஒடுக்குகிறார்கள். அதே சமயம் தங்களின் போராட்ட வடிவங்களாகவும் சிலர் மாற்றிக் கொள்கிறார்கள்.

மனிதன் நிஜத்தில்கூட நடித்துவிட முடியும், ஆனால் அவனுக்குள் ஊற்றெடுக்கும் கலை ஒருபோதும் போலியாக இருக்க முடியாது. போலித்தனங்கள் இருப்பின் அது கலையே இல்லை. ஆகவே, எல்லாவற்றையும்விட அதற்குத் தலைசிறந்த நோக்கமிருக்குமென்றால் அது மனிதர்களைக் குறித்து அக்கறை கொள்ளவேண்டும். வாழ்க்கை குறித்து பள்ளிப் பாடங்களும் சமூகமும் கற்றுக்கொடுத்த அவ்வளவும் ஒரு வயதிற்குப்பின் பொய்யாகவே தெரிகின்றன. சமூக அறங்கள், விழுமியங்கள் எனப் பாடத்திட்டங்கள் கற்றுக்கொடுத்தவை திரும்பத் திரும்ப உணர்த்துவது, 'உனக்குச் சுயமாகச் சிந்திக்க உரிமையில்லை' என்பதைத்தான். புனைவுகள் மிகுந்த வரலாறுகளும் வரலாற்றை மறைவாக அழுத்தமாகப் பேசிய புனைவுகளும் காலங்காலமாக எழுதப்பட்டுவருகின்றன. இதனால்தான் வரலாற்றிலிருந்து கற்றுக்கொண்டவை எல்லாம் மறைந்த பிறகும் புனைவுகள் மட்டும் காலம் கடந்து மனதில் நிற்கின்றன.

கதைகளை அது எழுதப்படும் நிலத்திலிருந்து புரிந்துகொள்ள வேண்டியது முக்கியமானது. இந்தியா போன்ற மூன்றாம் உலகத்து தேசத்தவனின் கதைகள் தன் அடையாளம் எதுவென்கிற தேடுதலில் அலைந்து சலிப்புற்றுக் களைத்துப் போனதிலிருந்து உருவாகிறது. முன்னூறு ஆண்டுகளுக்கும் மேலாக ப்ரிட்டிஷ் அரசாங்கத்தின் காலனிய ஆட்சியில் நம் தேசம் அடிமையாய் இருந்தது வரலாறு. இந்த வரலாற்றின் பெரும் பகுதியை நம்மை ஆண்டவர்களே எழுதியிருக்கும்போது அதை உண்மையென நம்புவது எவ்வளவு மடமை?

அசலான வரலாறு பலகாலமாக வாய்மொழியாகவே இருந்து வந்திருக்கிறது. மன்னர்களின் வீழ்ச்சியையும் மக்களின் எழுச்சியையும் மக்கள் கதைப்பாடல்களாகச் சொல்லிப் போயிருக்கிறார்கள். திரும்பத் திரும்ப சொல்லப்பட்ட கதைகள் இன்றளவும் நிற்கின்றன. ஏராளமானவை யாருக்கும் சென்று சேராமல் மறைந்துபோய்விட்டன.

இந்திய தேசத்தின் வறுமை ஆங்கில அரசாங்கம் செயற்கையாக உருவாக்கியது. நமது வளங்களை இயற்கை ஆதாரங்களை எல்லாம் ஒன்றையும் மிச்சம் வைக்காமல் அவர்கள் சுரண்டியதன் விளைவாக இரண்டு பெரும் பஞ்சங்களை நாம் எதிர்கொண்டோம். அந்தப் பஞ்சங்கள் குறித்த நியாயமான எந்தக் குறிப்புகளையும் ஆங்கிலேய அதிகாரிகள் எழுதவில்லை. மக்கள் சொல்லி வந்த வாய்மொழிக் கதைகள் மட்டும்தான் ஆதாரங்களாகக் கிடைக்கின்றன. உலகில் பல இனக்குழுக்கள் பேசத் தொடங்குவதற்கு முன்பாகவே நாம் பண்டிதர்களாக இருந்தோம் என மார்தட்டிக்கொள்கிறோம்.

ஒரு பண்பட்ட சமூகமாக இருந்த நாம் நமது அடையாளங்களைத் தொலைக்க நேர்ந்தது எப்போது? ஆரியர்களின் வருகையின் பிறகா? இஸ்லாமியர்களின் வருகையின் பிறகா? இந்தியா என்கிற தேசத்தின் மீது எத்தனை அரசுகளின் போர்கள். இந்தப் போர்களின் வழியாய் உருவான புதிய இனக்குழுக்கள். இந்தக் கூட்டுப் பண்பாடுதானே நம் வலிமை. ஆனால் அதை ஒரு பண்பாட்டு எழுச்சியாக அல்லாமல் வீழ்ச்சியடையச் செய்தது எது? யோசித்துப் பார்த்தால் மதங்கள் வலிமையாவதற்கு முன்பாகவே வேரூன்றி இருந்த சாதியமைப்புகளும் வர்க்க முரண்களுமே காரணிகளாகத் தெரிகின்றன. வர்ணாசிரம தர்மத்தைப் பின்பற்றியதால்தான் நாம் பல நூற்றாண்டுகளாய் அடிமைகளாக இருந்திருக்கிறோம். இந்திய மனங்கள் வர்ணாசிரம தர்மத்தில் எத்தனை ஆழமாய் நம்பிக்கை கொண்டுள்ளன என்பதைப் புரிந்துகொள்ள வேண்டுமானால் ப்ரேம் சந்தின் இந்தக் கதையை நாம் ஒவ்வொருவருமே வாசிக்க வேண்டும்.

'கைப்பிடியளவு கோதுமை' என்னும் இந்தக் கதை வறுமையும் ஏழ்மையும் நிரம்பிய ஓர் இந்திய கிராமத்தில் நிகழ்கிறது. ப்ரேம்சந்தின் சொந்த ஊர் பனாரஸிற்கு அருகிலுள்ள சிறிய நகரம். அந்த ஊரையே புனைவாக்கித்தான் அனேக கதைகளாய் எழுதியிருக்கிறார். அடிப்படையில் பள்ளி ஆசிரியரான ப்ரேம் சந்த் 1920ம் ஆண்டு வாக்கில் தீவிரமாகச் சுதந்திர போராட்டங்களில் தன்னை ஈடுபடுத்திக்கொள்கிறார். கல்கத்தா பஞ்சம் முடிவடைந்து இந்தியாவின் நிலைமை ஒரு கவள உணவிற்கும் போராட்டம் என்ற நிலையிலிருந்தது. கூடுதல் சுமையாக வரிகள். மக்களின் உயிரைத் தவிர அவ்வளவும் சுரண்டப்பட்டது. ப்ரேம் சந்தின் கதைகள் முழுக்க இந்த மக்களைப் பற்றியதுதான். 200க்கும்

மேற்பட்ட அவரது கதைகளில் இந்தக் கதை மிக முக்கியமானதாக இருப்பதற்கான காரணம் இந்தக் கதை முன்வைக்கும் அரசியல்.

எழுதிப் பல வருடங்கள் கடந்த பிறகும் எல்லாக் காலங்களுக்கும் நமது தேசத்திற்குப் பொருந்தக்கூடிய காலங்கடந்த கதை. இந்தியர்களுக்கு இயல்பாகவே ஒரு குணம் உண்டு. எவ்வளவு வறுமையில் இருந்தாலும் நம்பிக்கைகளின் பொருட்டு தங்கள் மீது செலுத்தப்படும் எல்லா வன்முறைகளையும் சகித்துக் கொள்வார்கள். இந்தக் கதையில் வரும் தாழ்த்தப்பட்ட குடியானவனான சங்கரும் அப்படி தன் வாழ்நாள் முழுக்க ஏமாற்றம் துரோகம் இவற்றை மட்டும்தான் எதிர்கொள்கிறான். கடும் பஞ்சம் நிகழும் ஒரு காலத்தில் ஒரு கிராமத்தில் பெரும்பாலான விவசாயிகளின் குடும்பம் பல நாட்கள் பட்டினியாக வாடி வதங்கிப் போயிருக்கிறார்கள்.

ஊரில் தின்று கொழுத்துப் பணக்காரனாய் இருப்பதோடு அதிக வட்டிக்குப் பணம் கொடுத்துச் செழிப்பாய் இருப்பது அந்த ஊர் பூசாரிதான். கிராம விதிகள் என்பது சாதியக் கட்டுப்பாடுகள் அதிகம் கொண்டவை. மக்கள் எவ்வளவு வறுமையில் உழன்றாலும், விவசாயம் நொடித்துப்போய் அவர்கள் உணவுக்கு வழியே இல்லாமல் போனாலும் வருட முடிவில் பூசாரிக்குத் தானமாய் தரவேண்டிய தானியங்களுக்குக் குறைவைக்கக்கூடாது.

எல்லா வருத்தங்களுக்கும் கடவுளின் கோபம்தான் காரணம். இந்தப் பரிகாரத்தைச் செய் என்று சொல்லித்தானே இன்றளவும் பூசாரிகள் நம்மை ஏமாற்றிக்கொண்டிருக்கிறார்கள். அப்படி தங்கள் கஷ்டங்கள் நீங்குவதற்காக பூசாரிகள் அவதாரமெடுத்திருக்கிறார்கள் என்று நம்பும் அந்த ஊரின் அப்பாவி மக்கள் தங்கள் வயிற்றுக்குச் சேரவேண்டிய தானிய மணிகளையும் சேர்த்தே தங்களைச் சுரண்டுகிறவனுக்குத் தானமளித்தனர்.

நாம் இன்று பார்க்கும் வறுமையைப் போன்றதல்ல நூற்றாண்டுக்கு முந்தைய வறுமை. தாது பஞ்ச காலம் குறித்த கதை கேட்டவர்களுக்குத் தெரியும் அது எவ்வளவு குரூரமானது என்று. ஏராளமான பழைய புகைப்படங்கள் பஞ்சத்தின் சாட்சியாய் இன்றளவும் நம்மிடம் இருக்கின்றன. சில வேளை பசியின் வழியாக நாம் பஞ்சத்தை மதிப்பிடக் கூடாது. அவ்வளவு நெருக்கடிகளில் நாளொன்றுக்கு ஒருவேளை உணவுகூட இல்லாத வறுமை

கொண்ட குடும்பங்கள், சில சமயங்களில் தவிர்க்க முடியாத நெருக்கடி வரும்போது கடன் வாங்கச் சென்று நிற்பது அந்தப் பூசாரியிடம்தான். சின்னத் தொகைக்குக்கூட பெரிய வட்டி கேட்கும் அந்தப் பூசாரி கடவுளின் பெயராலும் நம்பிக்கைகளின் பெயராலும் தொடர்ந்து அந்த மக்களை முட்டாளாய் வைத்திருக்கிறான்.

சங்கரின் மனைவி பிள்ளைகள் என எல்லோருக்குமே அரை வயிற்று ஜீவனம். நிலங்கள் காய்ந்து தரிசாகக் கிடக்கின்றன. ஊரின் கால்நடைகள் பசியில் இறந்துபோய்விடுகின்றன. பலர் பஞ்சம் பிழைக்க வெவ்வேறு ஊர்களுக்குச் சென்றுவிடுகிறார்கள். (இவ்விடத்தில் பஞ்சகாலத்தைக் குறித்து தமிழில் எழுதப்பட்ட மகத்தான சிறுகதையான வண்ணநிலவனின் எஸ்தரை வாசகர்களுக்கு நினைவுபடுத்துகிறேன்.)

ஊரில் மிகச் சில மனிதர்கள் மட்டுமே எஞ்சியிருக்கிறார்கள். அவர்களில் சங்கரின் குடும்பமும் ஒன்று. ஒருநாள் சந்நியாசி ஒருவர் அவன் வீட்டிற்கு யாசகம் கேட்டு வருகிறார். யாசகம் கேட்டு வரும் சந்நியாசிகளுக்கு உணவளிப்பது ஓர் இந்துவின் தலையாய கடமை. வீட்டில் சமைக்க எதுவுமில்லையெனக் கவலைப்படும் சங்கர் வேறு வழி தெரியாமல் பூசாரியிடம் சென்று ஒரு கைப்பிடி அளவு கோதுமை கடன் கேட்கிறான். பூசாரியும் மறுக்காமல் கோதுமை தருகிறார். அதை எடுத்து வந்து உணவு தயாரித்து சந்நியாசியைப் பசியாற்றி அனுப்புகிறார்கள்.

தங்கள் பசியையும் மீறி யாசகமிட்டதில் அவர்களுக்கு நிம்மதி. ஆனால் வாங்கிய கடனின் விபரீதம் புரியாத அவர்கள், அந்தக் கைப்பிடியளவு கோதுமைக்காக அப்போது வருத்தப்படவில்லை. விளைச்சலும் இல்லை, உடனடியாக வேறு ஆட்களிடமும் கோதுமை கடன் வாங்க முடியாததால் வருட முடிவில் கொடுத்துக் கொள்ளலாமென சங்கர் முடிவு செய்கிறார். அந்த வருட முடிவில் வழக்கமாக பூசாரிக்கு தரும் தானியத்தோடு சேர்த்து அவரிடம் வாங்கியதையும் கூடுதலாக நிறைய தானியத்தையும் தருகிறான். ஆனாலும் இதுதான் வாங்கிய கடனிற்கான பதிலீடு என்று சொல்வதற்கு அவனுக்குத் தயக்கம். அதைச் சொல்லாமலேயே விட்டுவிடுகிறான்.

வருடங்கள் கடந்தன. ஊரில் வறுமை முன்பைவிட அதிகமாக தலைவிரித்தாடியது. எல்லாம் பொய்த்துப்போய் வாழ்வின் கசப்பில்

உழன்றுகொண்டிருக்கிறான் விவசாயி. அப்போது அவனைத் தேடிவரும் பூசாரி ஆறு வருடத்திற்கு முன்னால் நீ வாங்கிய கடனுக்கு ஈடாக வட்டியோடு இன்று சில மூட்டை தானியம் தர வேண்டும், அல்லது பணமாக வேண்டும் அதுவும் உடனே வேண்டுமெனக் கேட்கிறார். குழம்பிப் போகும் விவசாயி சென்ற வருட முடிவில்தான் அதைத் தந்ததாகச் சொல்கிறார்.

அதை மறுக்கும் பூசாரி, “தானத்தின் போது நீ எனக்கு எவ்வளவு தந்தாலும் அது தானத்தில் மட்டுமே சேரும் என்று சொல்லித் தனது கடனைத் தரச்சொல்லி விடாப்பிடியாக நிற்க என்ன செய்வதெனத் தெரியாமல் அவகாசம் கேட்கிறான். அந்த வருடம் முழுமையும் கடுமையாக உழைத்தும் அவருக்குத் தரவேண்டிய கடனுக்கு ஈடாக அவனால் சம்பாதிக்க முடியவில்லை. வீட்டில் ஒரு நேரம் மட்டுமே எல்லோருக்கும் உணவு. உடைகள் இல்லை, குளிருக்குப் போர்த்திக்கொள்ள கம்பளி இல்லை. ஆனாலும் கடனைத் திருப்பித் தர வேண்டும். இல்லையென்றால் நரகத்திற்குப் போவாய் என பூசாரி மிரட்டுகிறான்.

அடுத்த வருடமும் கடுமையாக உழைக்கிறான். ஆனால் கடனை அடைக்க முடியுமென்கிற நம்பிக்கை அவனுக்கு இல்லை. ஒரு கட்டத்தில் மனமுடைந்துபோகும் விவசாயி குடிக்குப் பழகுகிறான். எல்லாம் சூனியமாகிறது. அந்த வருட இறுதியிலும் அவனிடம் எதுவும் இல்லை. கடனைக் கட்ட முடியாத தனது நெருக்கடியை சங்கர் பூசாரியிடம் விவரிக்க, “என் கடனுக்கு ஈடாக என் நிலத்தில் வந்து வேலை செய்” என பூசாரி அவனை மிரட்டுகிறான். சங்கர் தன் வாழ்நாள் முழுக்க பூசாரியின் நிலத்தில் வேலை செய்கிறான். ஒவ்வொரு வருட முடிவிலும் கடனுக்கான வட்டிதான் கழிந்ததே தவிர கடன் கழியவில்லை. பல வருடங்களுக்குப் பிறகு அவர் இறந்துபோக, அந்த பூசாரி அதன் பிறகு அவரது மகனைத் தன்னிடத்தில் வேலை செய்யப் பணிக்கிறான். தலைமுறை மாறியது. கடன் அப்படியேதான் இருந்தது. உழைக்கும் வர்க்கத்திடமிருந்து நிலம் எவ்வாறு பிடுங்கப்பட்டது என்று தேடிப்போனால் இப்படி நாம் நம்பவே முடியாத ஏராளமான கதைகளுண்டு.

யுவான் ருல்ஃபோ எழுதியது இரண்டே நூல்கள்தான். எரியும் சமவெளி என்னும் ஒரு சிறுகதைத் தொகுப்பும், பெட்ரோ பரமோ என்னும் நாவலும். ஆனால் இன்றளவும் உலக இலக்கிய வரலாற்றில் அவருக்கெனத் தனித்த இடம் இருக்கக் காரணம்

அவர் மெக்சிகோவின் சிதறுண்ட ஆன்மாவை, வறுமையை அழுத்தமாக எழுதியவர். ருல்ஃபோவின் கதைகளில் வரும் வறண்ட நிலங்களில் வாழும் மனிதர்கள் வன்முறையும் குரூரமும் கொண்டவர்களாக இருக்கிறார்கள்.

ப்ரேம் சந்தின் கதைகளில் வரும் வறண்ட நிலத்து மனிதர்கள் நம்பிக்கைகளின் பெயரால் சுரண்டப்படுகிறவர்களாக இருக்கிறார்கள். இந்திய தேசத்தின் வர்க்க முரண்களை ப்ரேம் சந்த் அளவிற்கு ஆழமாகப் புரிந்துகொண்ட இன்னொருவரை நாம் பார்க்க முடியாது. பன்னிரண்டு நாவல்கள், 200க்கும் அதிகமான சிறுகதைகள் நாடகங்கள் என ப்ரேம் சந்த் எழுதிய அவ்வளவும் இங்கிருக்கும் வர்க்க முரண்களைத்தான்.

மிகச் சிறந்த இந்திய நாவல்களில் ஒன்றாகச் சொல்லப்படுகிற இவரின் கோதானமும் இதே போன்றதொரு கிராமத்தில் நிகழும் வறுமையையும் அதிலிருந்து மீள மக்கள் மேற்கொள்ளும் போராட்டங்களையுமே நுட்பமாய்ப் பதிவு செய்கிறது. மாக்சிம் கார்க்கியைப் போல் ப்ரேம் சந்திற்கு கதைகள் என்பவை மக்களின் அவலக் குரல்களைச் சொல்வதற்கான ஓர் ஊடகமாகத்தான் பயன்பட்டிருக்கிறது. ஜார் மன்னர்களால் சுரண்டப்பட்ட எளிய ரஷ்ய மக்களின் வாழ்வையும் அவர்களின் போராட்டங்களையும் அவர் எழுதினாரென்றால் வர்ணாசிரமக் கொள்கைகளால் சுரண்டப்பட்ட இந்தியக் குடியானவர்களைக் குறித்து ப்ரேம் சந்த் எழுதுகிறார்.

> ‘சிறுகதை என்பது அரை மணியிலிருந்து ஒரு மணி நேர அவகாசத்திற்குள் ஒரே மூச்சில் படித்து முடிக்கக்கூடியதாய் இருக்க வேண்டும். அது தன்னளவில் முழுமை பெற்றதாயிருக்க வேண்டும். அது தரும் விளைவு தனிப்பட்ட மெய்ப்பாடாக இருக்க வேண்டும். கதையைப் படித்து முடிப்பதற்குள் புறத்தேயிருந்து எவ்விதக் குறுக்கீடுகளும் பாதிக்காமல் வாசகனின் புலம் முழுவதும் கதாசிரியனின் ஆதிக்கத்தில் கட்டுப்பட்டதாயிருக்க வேண்டும்.’
>
> – எட்கர் அலன் போ

இந்தக் கதையை வாசிக்கும்போதும் சரி வாசித்த பிறகும் சரி நம்மை மிக ஆழமாய்ப் பாதிப்பதை நம்மால் உணர முடிகிறது. சிந்திக்க வைக்கிறது. தேசியப் பெருமிதங்கள் அவ்வளவும் எவ்வளவு போலியானதென்கிற கசப்பான உண்மையை உணர வைக்கிறது.

எல்லாவற்றையும்விட முக்கியமானது ஒரு கதையின் வழி நாம் கற்றுக்கொள்ளும் அறம். ப்ரேம் சந்த் சுரண்டுகிறவர்களை நமக்கு அடையாளம் காட்டுகிறார். கேள்வி கேட்க வேண்டியதும், புதிய அறங்களை உருவாக்க வேண்டியதும் அவரவர் தேர்வு.

தனி மனிதர்களின் வாழ்வும் அரசியல்மயப்பட்டிருக்கிறது. நாம் சிந்திக்க மறுத்து அடிமைகளாகிக் கொண்டிருக்கிறோம். ப்ரேம் சந்த் நூறாண்டுகளுக்கு முன்பு எழுதிய கதைதான் இப்போதும் இந்தத் தேசத்தின் யதார்த்தம். நம்மை ஆளும் கார்ப்ரேட் பூசாரிகள் நமக்குச் செய்துகொண்டிருப்பது அதே துரோகங்களைத்தான். பொய் நம்பிக்கைகளை மக்களின் மனதில் விதைத்து நமது உழைப்பு முதலீடு அவ்வளவையும் கார்ப்ரேட்டுகளுக்குத் தாரை வார்த்துக் கொண்டிருப்பதைத்தான் நாம் கண்கூடாகப் பார்த்துக்கொண்டிருக்கிறோம். நம்மைத் தலைமுறை தாண்டி கடன்காரர்களாய் மாற்றுவதற்கான ஆணித்தரமான விதைகள்தான் நம்மீது நிகழ்ந்துகொண்டிருக்கும் பொருளாதார தாக்குதல்கள்.

நமக்குத் தெரியாமலேயே நாம் கார்ப்பரேட்டுகளால் கண்காணிக்கப்படுகிறோம். கடன் வாங்குவதற்கான வலைகளை நம்மீது வீச எப்போதும் அவர்கள் தயாராகவே இருக்கிறார்கள். குஜராத் கலவரத்தின் நாளிலிருந்து மோடி என்ற மனிதரைச் சரியாக திட்டமிட்டு வளர்ப்பது இந்த கார்ப்பரேட்டுகள்தான். அவர்களுக்குச் சொன்னதைக் கேட்டு ஆட ஒரு குரங்குப் பொம்மை தேவை. முக்கியமாக அந்தக் குரங்குப் பொம்மை ஒரு தேர்ந்த முட்டாளாக இருக்கவேண்டும். முட்டாள்தனமான குரங்குப் பொம்மையை வைத்து கார்ப்ரேட்டுகள் ஆளும் ஒரு தேசத்தில் வாழச் சபிக்கப்பட்டவர்கள் நாம்.

காலனியாதிக்கத்திலிருந்து தங்களை விடுவித்துக்கொண்டு நாடுகள் புதிய விடுதலையை நோக்கின நகர்வை கலைகளின் வழியாகவே மேற்கொண்டார்கள். அதனால்தான் ஒவ்வொரு நிலப்பரப்பிலிருந்தும் தனித்துவமான கதைசொல்லல் முறைகள் உருவாகின. எல்லா வகையான கதை சொல்லல் மரபுகளையும் கற்றுக் கொண்டோம். உள்வாங்கிக்கொண்டோம். ஆனால் நமக்கென்று தனித்த ஒரு கதைசொல்லல் மரபை உருவாக்கினோமோ என்று கேள்வி எழுப்பினால் இல்லையென்றுதான் தோன்றுகிறது.

சித்தாந்தங்கள் விவாதிக்கப்படும் அளவிற்குப் புனைவுகளில் பதிவு செய்யப்படவில்லை. தமிழ்ச் சிறுகதைகளில் வடிவம் சார்ந்து ஏராளமான முயற்சிகள் நிகழ்ந்திருந்த போதும் உள்ளடக்கம் சார்ந்து பெரிய மாற்றம் நிகழ்ந்திருக்கவில்லை. மராத்தியிலும் கன்னடத்திலும் மிகப்பெரிய அளவில் வலுத்த ஒடுக்கப்பட்ட மக்களின் குரல்கள் இங்கு என்னும் போதிய அளவில் வெளிப்படவில்லை. அப்படியே எழுதப்பட்டாலும் அவை புறக்கணிக்கப்பட்டன. புறக்கணிக்கப்படுகின்றன.

தமிழ்ச் சிறுகதைகள் மத அடையாளங்களையும் சாதிய அடையாளங்களையும் வலுவாகப் பிணைப்பது ஒருவகையில் ஆபத்தானது. ஓர் உதாரணம் கொற்றவை நாவலில் கன்னகி இந்துத்துவ அடையாளமாக மாற்றப்பட்டது. எழுத்தாளர் பா.வெங்கடேசன் இதனை கதை நீக்கம் செய்யப்பட்ட கதை என்று ஒரு கட்டுரையில் குறிப்பிடுகிறார். சிந்தனை முறையில் மாற்றம் நிகழாத வரை சமூக மாற்றம் நிகழச் சாத்தியமில்லை. மனித அறங்களை மீட்டெடுக்கவும் சீர்செய்யவும் எல்லாக் காலங்களுக்கும் ஏற்ற ஒரே ஊடகம் கதைகள்தான்.

தலைசிறந்த எழுத்தாளர்களின் கதைகள் நமக்கு வாழ்வின் அசலான அறத்தையே போதிக்கின்றன. மிகப்பெரிய விஞ்ஞானிகளும் ஆட்சியாளர்களும் செய்ய முடியாததை தல்ஸ்தாய் தல்ஸ்தெவ்ஸ்கி செகாவ் மாதிரியான எழுத்தாளர்கள் செய்திருக்கிறார்கள். விஞ்ஞானிகளால் மனித வாழ்விற்குப் பயன்படக் கூடிய கண்டுபிடிப்புகளை உருவாக்க முடியும். அரசர்களால் வளமான அணைகளையும் நிலங்களையும் உருவாக்க முடியும். ஆனால் கதைசொல்லிகள்தான் மனித ஆன்மாவை வளப்படுத்தும் வேலையைச் செய்கிறார்கள். ப்ரேம் சந்தின் ‘கைப்பிடியளவு கோதுமை’ மற்றும் கதைகளையும் நாவல்களையும் வாசிக்கையில் அவரும் அப்படியானதொரு மகத்தான கதைசொல்லியாகவே தெரிகிறார். இந்தக் கதையைக் கவிஞர் லதா ராமகிருஷ்ணன் தமிழில் மொழிபெயர்த்துள்ளார்.

6. பணீஷ்வர்நாத் ரேணுவின் 'பயில்வானின் மத்தளம்'

இந்தியச் சிறுகதை உலகில் ப்ரேம் சந்தின் மரபைத் தொடர்ந்து வந்தவர்களில் மிக முக்கியமானவர் பணீஸ்வர்நாத் ரேணு. பீகாரைச் சேர்ந்த ரேணுவின் கதைகள் நகர்மயமாகும் கிராமங்களின் மனிதர்களைத்தான் அதிகமும் பிரதிபலித்தன. பீகார் உத்தரப்பிரதேச மாநிலங்களின் வாழ்வை ஓரளவு தெரிந்துகொண்டிருப்பவர்களுக்கு ரேணுவின் கதைகளில் வரும் சித்திரமானது அசாத்தியமான எழுச்சியைத் தரக்கூடும். காலம் கடந்தும் அவர் கதைகளின் யதார்த்தம் இன்றளவும் அந்த மக்களின் வாழ்வோடு கலந்திருக்கிறது.

நம்பிக்கைகளின் அடிப்படையில் அந்த மக்கள் முழு முற்றாக இழந்திருப்பது தங்கள் இயற்கை வளங்களை மட்டுமல்ல, அவர்களின் பிரத்தியேக அடையாளங்களான பிரதேச மொழிகளையும் அடையாளங்களையும்தான். இந்தத் தொடர் எழுதும்போது எந்தவிதமான திட்டமிடல்களையும் வைத்திராமல்தான் எழுத்தாளர்களையும் அவர்களின் சிறந்த கதைகளையும் தேர்வு செய்திருந்தேன். ஆனால் தொடர் வாசிப்பு சமகாலத்தில் இலக்கியத்தின் தேவை எதுவென்கிற தேடலில் அதிகமும் நிலம் சார்ந்த கதைகளை எழுதின எழுத்தாளர்களையே தேர்வு செய்ய வைத்திருக்கிறது. நம் கிராமங்களையும் அவற்றின் ஜீவநாடிகளான மனிதர்களையும் இழந்துகொண்டிருக்கிறோம் என்பது நமது ஆன்மாவை இழந்துகொண்டிருப்பதற்குச் சமம்.

ரேணு எழுதத் தொடங்கிய காலகட்டம் ஏறக்குறைய தமிழில் மணிக்கொடி மரபு உருவாகிக் கோலோச்சத் தொடங்கிய காலகட்டம்தான். தமிழ்ச் சிறுகதை மரபின் ஆதாரமான வேர்கள் மணிக்கொடி மரபிலிருந்தே நமக்குக் கிடைக்கின்றன. மணிக்கொடிக் கால எழுத்தாளர்களின் கதைகளையும் ரேணுவின் கதைகளையும் ஒன்றாக வைத்து வாசிக்கும்போது அவற்றின் கதைசொல்லல் முறை, கதை உலகம் எல்லாவற்றிலும் ஓர் ஒற்றுமையும் கச்சிதமும் இருப்பதைப் புரிந்துகொள்ள முடிகிறது. மௌனி, புதுமைப்பித்தன், கு.ப.ரா, நா.பிச்சமூர்த்தி இவர்கள் ஒவ்வொருவரின் கதையும் இன்னொருவரின் சாயல்கள் இல்லாதது, தனித்துவமானது. அதனால்தான் தமிழில் சிறுகதைகளுக்கான பரப்பு மிக ஆழமானதாக இன்றளவும் இருக்கிறது. வெவ்வேறு நிலங்களை, மனிதர்களை எழுதினாலும் அந்தக் கதைகளுக்குள் ஆதாரமாக இருந்த மனித மனம் இந்த நிலத்திற்கானது. மௌனி தன் கதைகளில் கையாண்ட நுட்பங்கள் மேற்கத்திய சாயலுடையவை என்றாலும், கதை விரியும் நிலம் முழுக்க முழுக்க நம் நிலம். சமகால இந்தியச் சிறுகதைகளில் மேலெழுந்தவாரியாகக் கவனிக்கும்போது நாம் நுட்பங்களை மட்டுமல்லாமல் மனித மனங்களையும் மேற்கத்தியர்களிடம் கடன் வாங்கியிருப்பதைப் புரிந்துகொள்ள முடிகிறது. நாம் சிந்திக்க அவசியமற்றதை நம் கதாபாத்திரங்கள் சிந்தித்துக்கொண்டிருக்கின்றன. கதைசொல்லலில் எல்லா நவீனத்துவ மாற்றங்களையும் நம் சொந்த நிலத்திலிருந்தே சாத்தியப்படுத்த முடியும். நிலத்தில்தான் கதைகள் விதைக்கப்படுகின்றன. நிலத்திலிருந்துதான் கதைகள் முளைக்கின்றன.

ஒரு வருடத்திற்கு முன்பு நண்பரும் எழுத்தாளருமான தூரன் குணாவுடன் நீண்ட நாட்களுக்குப் பிறகு உரையாடும் சந்தர்ப்பம் அமைந்தது. எழும்பூரின் மதுக்கூடத்தில் தொடங்கிய எங்கள் இலக்கிய உரையாடல் அங்குமிங்குமாய் அலைந்து நீண்ட நேரத்திற்குப்பின் கிண்டி ரயில் நிலையத்தில் வந்து முடிந்தது. உலகின் சரிபாதி நிலப்பகுதிகளுக்கு அலைந்த அனுபவத்திலும் வாசித்த அனுபவத்திலும் அவர் இப்படிச் சொன்னார் "எல்லா நவீனத்துவமும் அவனவன் சொந்த நிலத்துலதான் இருக்கு." இன்றும் எங்கள் இருவரின் நிலைப்பாடும் இதுவே.

ரேணுவின் கதைகளைச் சொல் மரபைச் சேர்ந்தவையாக நாம்

அடையாளப்படுத்தலாம். ஓர் உதாரணத்திற்கு மௌனியை எழுத்து மரபு என்று சொன்னால் கி.ராவை சொல்மரபிலிருந்து வந்தவர் என்று நாம் வகைப்படுத்த முடியும். இருவருமே வெவ்வேறு வகையில் மாஸ்டர்ஸ். ஊரை, ஊரின் மனிதர்களை விலங்குகளைச் செடி கொடி மரங்களை எல்லாம் நினைவுகளின் வழியாகவும் காட்சிகளின் வழியாகவும் சலிக்காமல் கதைசொல்லும் வல்லமை சொல்மரபில் வந்தவர்களுக்கு உண்டு. ரேணுவின் எழுத்து அப்படிப்பட்டது.

ரேணுவின் கதையில் வரும் கிராமங்கள் உடனடியாக நமக்கு நெருக்கமாகிவிடுகின்றன. மிக முக்கியக் காரணம் அந்தக் கிராமத்தின் மனிதர்களும் அவர்களும் அப்பாவித்தனங்களும் நாம் நம் கிராமத்து மனிதர்களிடம் கண்டவை. பிடிவாதம், நம்பிக்கைகள், மன உறுதி என உணர்ச்சிகள் நிரம்பிய மனிதர்கள். ரேணுவின் கதை மாந்தர்கள் உணர்ச்சி மிகுந்தவர்கள், ஆனால் மிகையுணர்ச்சி கொண்டவர்கள் இல்லை. அவர்களுக்கு வாழ்வின் அறங்களைக் குறித்த புரிதலுண்டு. இதனாலேயே ரேணு தன் கதாபாத்திரங்களின் வழியாக எந்தக் கருத்துகளையும் வலியத் திணிக்க விழைவதில்லை. இத்தனைக்கும் மிகையுணர்ச்சியால் நிரம்பிய கதைசொல்லிகள் ஆக்கிரமித்த காலத்தில் எழுதிய அந்தக் கலைஞன் தன்னைத் தனித்துவமாகவே வெளிப்படுத்தியுள்ளார்.

ரேணுவின் ஒரு கதையை அல்ல சில கதைகளை எடுத்து எவ்வாறு அவர் கதை மாந்தர்களுக்குள் வாழ்வின் மீதான அபரிமித நம்பிக்கையைக் கடத்தி இருக்கிறார் என்பதையும், ஓர் இடைவிடாத தொடர்ச்சியும் தங்கள் கிராமங்களை அவர்கள் எவ்வளவு நேசிக்கிறார்கள் என்பதையும் பார்க்க முடியும். முன்பே குறிப்பிட்டதுபோல் நகர்மயமாதலுக்கு எதிராக அவர் எங்கும் தன் குரலைப் போராட்டமாகவோ எழுச்சியாகவோ வைக்கவில்லை.

இசைக்கலைஞனின் ஒற்றை இசைக்கருவியின் ஒலியாக அதிர்வலைகளை எழுப்புகிறார். உங்கள் உறக்கத்தை, உங்கள் நிம்மதியை மொத்தமாகக் கலைத்துப்போடும் இசையொலி அது, சூனியத்திற்குள் சிக்கிக்கொண்ட ஒரு கலைஞனின் ஆழ்மனதிற்குள்ளிருந்து எழும் கேவல் அது. ‘தனித்தே நட மகனே’, ‘ரஸூல் மேஸ்திரி’, ‘மூன்று புள்ளிகள்’, ‘ரஸப்ரியா’ ‘சுவர் சித்திரத்துப் பெண்மயில்’ என முக்கியமான கதைகளைச் சொல்லலாம்.

ரேணுவின் கதைகளை இப்போது மறுவாசிப்பு செய்கையில் கோணங்கியின் ஆரம்பக் காலக் கதைகளில் ரேணுவின் அழுத்தமான அடையாளங்களைப் பார்க்க முடிகிறது. பீகாரின் வறண்ட நிலத்தின் மனிதர்களும், சாத்தூரின் கரிசல் மண் மனிதர்களும் ஆளைக் கொல்லும் வறட்சியிலும் ஈரம் மிக்கவர்களாய் இருக்கிறார்கள். ரஸூல் மேஸ்திரியைப் போன்ற ஆட்கள்தானே பஞ்சம் பிழைக்கப் பட்டணம் வரும் மாயாண்டிக் கொத்தனும், 'கருப்பு ரயில்' கதையில் பஞ்சம் பிழைக்க ஊரைவிட்டுக் கிளம்பும் அந்தக் குடும்பமும். 'திரைக்குப் பின் நடிகன்' கதையில் வரும் பார்சி நாடகக் கலைஞனுக்கும் கோணங்கியின் நாடகப் பாத்திரங்களுக்கும் உள்ளார்ந்த தொடர்பில்லாமல் இல்லை. மதினிமார் கதையில் பால்யத்தின் அத்தனை வசந்தங்களையும் வாரிச் சுருட்டிக் கொண்டுபோவது கரிசல் நிலத்தை ஆக்கிரமிக்கும் பஞ்சம்தான். பிரேம் சந்த், பணீஸ்வர்நாத் போல் தமிழில் பஞ்சகால மனிதர்களின் கதைகளை எழுதிய கலைஞனாய் இங்கு கோணங்கியைக் குறிப்பிடத் தோன்றுகிறது, மிகச் சிறந்த கதைகள் எல்லாம் ஊரைத் தொலைத்த மனிதர்களின் நினைவுச் சித்திரங்கள்தான்.

லுட்டன் சிங் பயில்வான் கொள்ளை நோயும் மலேரியாவும் கூட்டம் கூட்டமாய் ஆட்களைக் காவு வாங்கிக் கொண்டிருக்கும் ஒரு குளிர்கால இரவில் மத்தளம் வாசிப்பதில் தொடங்குகிறது கதை. 'இருள் நிறைந்த இரவு மௌனமாகக் கண்ணீர் வடித்துக் கொண்டிருந்தது. நிசப்தம் என்னும் காரிகை தீனமான விம்மல்களையும், விசும்பல்களையும் தம் உள்ளத்தினுள் அடக்கிக் கொள்ள முயன்றுகொண்டிருந்தாள்' என்று அந்த இரவைக் குறித்து எழுதுகிறார்.

இரவு ஒவ்வொரு பருவ காலத்திற்கும் ஒவ்வொரு நிலத்திற்கும் வேறாக இருக்கிறது. கடும் கோடை காலத்தில் கமுதியின் வறண்ட நிலத்தின் சீமைக் கருவேலங் காட்டில் கவிஞர் வெய்யிலுடனும் கோணங்கியுடனும் கழித்த ஓர் இரவு நினைவிற்கு வருகிறது. கோடை காலத்தின் வறண்ட நிலத்தை ஆக்கிரமிக்கும் இருளின் அச்சுறுத்தல்களை அன்று புரிந்துகொண்டிருந்தேன். அதிர்ஷ்டவசமாக அன்று மதுவருந்தி இருந்தோம் என்பதால் இன்றும் அந்த நாளின் ஒவ்வொரு நிமிடமும் நினைவிலிருக்கிறது. இந்தக் கதையில் வரும் இரவு நோய்மை நிறைந்தது. அடுத்த நாள்

காலை ஊரில் எத்தனை உயிர்கள் போகக் கூடுமோ என்கிற அச்சத்தில் ஊர் மக்கள் உறக்கம் பிடிக்காமல் தவித்துக் கிடக்கும் இரவு.

யுவான் ருல்ஃபோவின் கதைகளில் வரும் நோய்மை மிக்க இரவுகளை ஒத்தவை அந்த இரவுகள். லுட்டன்சிங் அந்த ஊர் மக்களின் வாழ்வின் மீது நம்பிக்கை இழந்துவிடக் கூடாதென்பதற்காகவே மேளம் வாசிக்கிறான். அந்த மக்களின் ஒரே ஆறுதல் இரவு நேரங்களில் லுட்டன் சிங்கின் மேள ஒலிதான்.

மிகச் சிறுவயதிலேயே பெற்றோர்களை இழந்துவிட்ட லுட்டன் முரட்டு உடல்வாகு கொண்டவன், ஊருக்குப் பிடித்த பிள்ளை. மேளம் அடிக்கும் தாளத்தின் ஒலிகளுக்கு ஏற்றவாறு மல்யுத்தம் செய்வதை வழக்கமாகக் கொண்டு வளர்கிறான். பயில்வான்களுக்கென்ற பொதுவான குணமான குழந்தைத்தனமும் அறியாமையும் லுட்டன் சிங்கிடமும் இருக்கிறது. சிறுவயதிலேயே கல்யாணம் கட்டியிருந்ததால் அவனுடைய அத்தை அவனைப் பராமரித்து வளர்க்கிறார். தனித்த பெண்ணாக இருந்து மருமகனையும் மகளையும் வளர்க்கும் லுட்டனின் அத்தையை ஊரில் இருப்பவர்கள் அடிக்கடி வந்து தொல்லை செய்கிறார்கள், அவர்களிடமிருந்து தன் அத்தையைக் காப்பதற்காகவே தேகப்பயிற்சி செய்து உடலைத் தேற்றும் லுட்டன் ஒருமுறை சியாம் நகர் திருவிழாவில் குஸ்திச் சண்டையைப் பார்க்கச் செல்கிறான்.

இன்றைக்கு 900 சேனல்களின் ஆக்கிரமிப்பில் வீட்டுச் சுவர்களை முழுமையாய் நிறைக்கும் தொலைக்காட்சிகளில் நாம் பார்க்கிற மல்யுத்தப் போட்டிகளைப் போலில்லை நமது மரபான மல்யுத்தப் போட்டிகள். அதுவொரு திருவிழா. எல்லா விளையாட்டுகளும் வணிகமயப்படும்போது அந்தப் போட்டிகளுக்கென்றே இருந்த தனித்துவங்கள் குறைந்து பார்ப்பவரைக் குஷிப்படுத்தி பணம் பறிக்கும் வித்தைகளாய் மாறிவிடுகின்றன. தமிழர்களின் மரபான விளையாட்டுகளில் ஒன்றாயிருந்து இன்று முற்றிலுமாய் அடையாளம் தெரியாமல் போன விளையாட்டுகளில் மல்யுத்தமும் ஒன்று. அந்த மல்யுத்தப் போட்டியின் கொண்டாட்டங்களை ரேணு மிக அற்புதமாக விவரிக்கிறார்.

மல்யுத்தப் போட்டிகளை வேடிக்கை பார்க்கும் லுட்டனால் அமைதியாய் இருக்க முடியவில்லை. அவனும் போட்டியில்

கலந்துகொள்ளத் துடிக்கிறான். அந்தத் திருவிழாவில் கலந்து கொண்ட எல்லா பயில்வான்களையும் வென்றவன் சாந்த் சிங். லுட்டனுக்கு அவனோடு மோத விருப்பம். எந்தவிதமான மல்யுத்தப் போட்டிகளிலும் கலந்துகொண்டிருக்காத ஒருவன் மல்யுத்தப் போட்டியின் மாபெரும் வீரனை எதிர்த்துப் போரிட்டால் என்ன நடக்கும்? நடக்கவே சாத்தியமில்லையென நாம் நம்புவதெல்லாம் வாழ்வில் அபூர்வமாய் நடக்கும். அப்படியான அபூர்வமான தருணங்களைக் கண்டு கதையாக்குவதில்தான் ஓர் எழுத்தாளனின் வெற்றி அடங்கியுள்ளது. எல்லோரும் அவனை எச்சரிக்கின்றனர், சியாம்நகர் மஹராஜாவோ வேறு யாருடனாவது அவனைச் சண்டையிடச் சொல்கிறார். ஆனால் லுட்டன் மறுக்கிறான். 'சாந்த் சிங்குடன்தான் யுத்தம் புரிவேன், அல்லது தற்கொலை செய்துகொள்வேனென மிரட்டுகிறான். வேறு வழியில்லாமல் எல்லோரும் சம்மதிக்கிறார்கள். மக்கள் ஆரவாரம் முழுக்க சாந்த் சிங்கின் பெயரையே சொல்கின்றன. சாந்த் சிங் தான் கற்றுக்கொண்டு முறைகளின்படி எளிதாக லுட்டனை வீழ்த்தும் செயல்களில் இறங்க, லுட்டனோ சுற்றிலும் வாசிக்கப்படும் மேளங்களின் ஒலிகளைத் தொடர்கிறான். அந்த ஒலிகளுக்கு ஏற்றாற்போல் சண்டையில் தன் அசைவுகளை மாற்றுகிறான். ரேணுவின் மேதமை வெளிப்படும் இடம் இதுதான்.

மல்யுத்தத்தைப் போர்க்கலை என்பதையும் தாண்டி இசையோடு லயித்து ஒன்றிணைந்து அதற்கேற்றாற்போல் மனதின் கட்டளைகளைத் தொடரும்போது அசாத்திய ஆற்றல் வெளிப்படுவதை லுட்டனின் வழியாக ரேணு வெளிப்படுத்துகிறார். அந்தப் போட்டியில் லுட்டன் வெல்கிறான். சாந்த் சிங்கை மட்டுமல்லாமல் சியாம்நகர் மக்களையும் மஹராஜின் மனத்தையும் வெல்கிறான்.

ஜெயமோகனின் வாழ்விலே ஒருமுறை அனுபவத் தொகுப்பில் ஒரு கதையில் கால் ஊனமுற்ற ஓர் இளைஞன் அந்த ஊரின் பெரிய ரவுடி ஒருவனை அடித்து வீழ்த்தும் கதை ஒன்று நினைவிற்கு வருகிறது. அந்தக் கதையின் இறுதியில் ஜெயமோகன் அந்த இளைஞனால் எப்படி முரட்டுத்தனமான மனிதனை வீழ்த்த முடிந்ததென விவரிக்கிறார் 'தன்னை யாருமே எதிர்க்கப்போவதில்லை என்று நினைத்துக்கொண்டிருக்கும் ஒருவனுக்கு உடல் ஊனமுற்ற ஒருவன் தன்னை எதிர்த்து வருகிறான் என்கிற செய்தியே

குழப்பத்தையும் அச்சத்தையும் முதலில் உருவாக்கி இருக்கும். அடுத்ததாக, அடிமுறை கற்றவர்களுக்கு என்று சில ஆதாரமான டெக்னிக்குகள் உண்டு. அவர்கள் அதனைப் பயன்படுத்தித்தான் எதிராளிகளை வீழ்த்துவார்கள். ஆனால் அந்த ரவுடியை எதிர்த்தவன் வழக்கமானவன் அல்ல, மேலும் ரவுடியைவிட வலிமை குறைந்தவன் என்ற போதிலும் பெரியதொரு பூட்டை வரும்போதே எடுத்து வந்திருப்பான், ஆக ஒரு சண்டையில் வெற்றி என்பது ஆளின் உடல் பலத்தை மட்டுமே வைத்து முடிவாகும் ஒன்றல்ல என்பதை நாம் புரிந்துகொள்ள முடியும்.

லுட்டன் சாந்த் சிங்கை வென்ற இடத்தையும் நாம் இதனோடு ஒப்பிட்டுப் பார்க்க முடியும். லுட்டன் அவனோடுதான் சண்டை போடுவேன் எனப் பிடிவாதமாய் நின்ற இடத்திலேயே அவனை வெல்வதற்கான தன் பாதையை உருவாக்கிக்கொண்டிருக்கிறான். அந்த வெற்றிக்குப் பிறகு அவன் ராஜாவின் ஆதரவு பெற்ற பயில்வானாகிறான். அவன் வாழ்வின் பசி வறுமை எல்லாம் மறைந்து இரண்டு மகன்களும் பிறக்கிறார்கள். பல்வேறு போட்டிகளில் கலந்துகொண்டு யாராலும் வெல்ல முடியாத பயில்வானாய் மாறுகிறான்.

லுட்டனையும் அவன் பிள்ளைகளையும் அந்த ஊர் ரசிக்கிறது. பதினைந்து ஆண்டுகாலம் உலகின் துயரங்கள் எல்லாவற்றையும் மறந்து சந்தோசமாக வாழும் லுட்டனின் வாழ்க்கை மஹராஜாவின் மரணத்தில் திசைதிரும்புகிறது. மஹராஜாவின் மகனுக்குப் பயில்வானைப் பராமரிப்பது வெட்டிச் செலவாகத் தோன்ற அவன் குடும்பத்தை உடனடியாக வெளியேறச் சொல்கிறார். மனைவி, மாமியார் இறந்துபோக தன் மகன்களோடு லுட்டன் சொந்த கிராமத்திற்குத் திரும்புகிறான். எந்த வேலைகளையும் செய்து பழகியிருக்காத அவனுக்கு ஊர்க்காரர்களே குடிசை போட்டுக் கொடுக்கிறார்கள்.

லுட்டன் ஆடு மேய்க்கும் இளைஞர்களுக்கும், வேலை வெட்டி இல்லாத சிறுவர்களுக்கும் மல்யுத்தப் பயிற்சி கொடுக்கத் தொடங்குகிறான். சாப்பாட்டிற்கே எதுவுமில்லாத அந்த இளைஞர்களால் நல்ல உணவு எடுத்துக்கொள்ளமுடியாமல் பயிற்சிக்கு வருவதை நிறுத்திவிடுகிறார்கள். யாருமே தன்னிடம் சண்டை கற்றுக்கொள்ள வரவில்லை என்கிற விரக்தியில்,

மத்தளத்தை இசைத்து அதன் தாளத்திற்கேற்றபடி மகன்களைச் சண்டையிடச் செய்து பார்த்து வந்தான். பயில்வானுக்கு இந்தக் கதையில் நேர்ந்த நிலையை ஜமீன்தார்களையும் பாளையக்காரர்களையும் அரசர்களையும் நம்பி வாழ்ந்து கைவிடப்பட்ட மற்ற கலைஞர்களுக்கும் நாம் பொருத்திப் பார்க்க முடியும். தமிழ்நாட்டில் அப்படிச் சுவடில்லாமல் அழிந்து கொண்டிருக்கும் கலைகளில் ஒன்று தோல்பாவைக் கூத்து.

ஊரைப் பஞ்சகாலம் சூழத் தொடங்க, கொள்ளை நோய்களால் மக்கள் கூட்டம் கூட்டமாய் இறந்துபோகத் தொடங்குகிறார்கள். ஒவ்வொரு நாளின் இரவையும் கடப்பது ஊர்க்காரர்களுக்கு பெரும் துயரமாய் மாறும்போது லுட்டன் இரவுகளில் மத்தளம் வாசிக்கத் தொடங்குகிறான். சக மனிதர்களின் மீதான ரேணுவின் கரிசனை இங்குதான் மிளிர்கிறது. பிரேம்சந்தின் வழிவந்த மிக முக்கியமான கதைசொல்லியாய் அவரைப் பிரதிபலிக்கும் இடமும் இதுதான்.

‘இரவின் இந்தப் பயங்கரத்துக்குச் சவால்விடும் துணிவு பயில்வானின் மத்தளத்துக்கு மட்டுமே இருந்தது. பயில்வான் அந்தி மயங்கும் வேளையிலிருந்து விடிகாலை வரையிலும் என்ன நினைத்துக்கொண்டு மத்தளம் அடிப்பானோ தெரியாது, ஆனால் பாதி உயிருடன் மருந்தோ சிகிச்சையோ பத்தியமோ இல்லாமல் வசிக்கும் பிராணிகளுக்கு இந்த மத்தள ஒலி சஞ்சீவி போல ஊக்கமளித்தது. கிழவர்கள், இளைஞர்கள், சிறுவர்களின் ஒளி மங்கிய கண்களின் முன்னால் சண்டைக் களத்தின் காட்சிகள் ஒவ்வொன்றாக விரியும். துடிப்புச் சக்தியை இழந்த நரம்புகளில்கூட மின்சாரச் சக்தி பாய்வதுபோலத் தோன்றும்.’

ஊர் மக்களின் நம்பிக்கைகள் பயில்வானின் மத்தள ஒலிக்குக் கட்டுப்படுகின்றன, அதனாலேயே அவனும் பசியைப் பிணியைப் பொருட்படுத்தாமல் ஒவ்வோர் இரவும் மத்தளம் வாசிக்கிறான். ஓர் இரவு வேளையில் அவனது இரண்டு மகன்களும் நோய் கண்டு இறந்துபோகிறார்கள், அப்போதும் அவன் மத்தளம் வாசிப்பதை நிறுத்தவில்லை. ‘இரண்டு சிங்கக்குட்டிகள் இறந்தும் கூட பயில்வானின் தைரியத்தைப் பார்த்து மெச்சுகிறார்கள், ஆனால் அந்த மத்தள ஒலி நீண்ட நாட்கள் தொடரவில்லை. நான்கைந்து நாட்களுக்குப்பின் ஓர் இரவில் முழுமையாக

நின்றுவிடுகிறது. பயில்வான் இறந்துபோகிறான். அவனுடலை எரிக்கும் முன்பாக பயில்வான் சொன்னதாக ஒருவன் இப்படிச் சொல்கிறான்

“நான் இறந்தபிறகு என்னுடலை நிமிர்த்தி வைத்து எரிக்காதீர்கள், கவுத்துப்போட்டுக் கொள்ளி வையுங்கள். ஏன்னா நான் வாழ்நாள் முழுக்க எந்தச் சண்டையிலும் கவிழ்ந்து விழுந்ததில்லை. கொள்ளி வைக்கும்போது மறக்காம மத்தளம் தட்டுங்க.”

எந்தச் சண்டையிலும் வீழாத அந்த மாவீரனின் உடல் எரியத் தொடங்குகிறது. கதையின் பிற்பகுதியில் ஊர்க்காரர்களுக்கும் பயில்வானுக்கும் இடையிலான பிணைப்புதான் கடந்த சில பத்தாண்டுகளில் நாம் தவறவிட்ட வாழ்க்கை முறை. பத்மராஜனின் ‘ஓரிடத்தொரு பயில்வான்’ என்ற திரைப்படம் எனக்கு இங்கு நினைவிற்கு வருகிறது. சற்றேறக்குறைய லுட்டனைப் போன்றே அவனும் யாரோ ஒருவனாய் ஓர் ஊருக்குள் வந்து அந்த ஊரில் எல்லோருக்கும் விருப்பமானவனாய் மாறிப்போவான். அவனும் லுட்டனைப்போல் அப்பாவி. அங்கும் பயில்வான் சொந்த வாழ்வில் தோல்வியுற்றவனாய் தேசாந்திரியாகிவிடுகிறான்.

கொல்லனின் ஆறு பெண் மக்கள் கதையில் மொத்த ஊரும் அவனை ஆற்றுப்படுத்தும் இடத்தைக் கோணங்கி எழுதியதைப் போல் இன்று ஊருக்கும் மனிதர்களுக்குமான தொடர்பை நம்மால் எழுத முடிகிறதா? இஸங்களும், கோட்பாடுகளும் மனிதர்களுக்குச் சக மனிதர்களின் மீதான அன்பையும் நெருக்கத்தையும் வளர்ப்பதற்குப் பதிலாக வெறுப்பையும் விலகுதலையும்தான் விதைத்திருக்கின்றன. ஏராளமான மொழிகள் பேசும் பீகார் மாதிரியான மாநிலங்களில் இன்று அந்த மக்கள் இந்தி என்னும் ஒற்றை மொழியின் கீழ் அடையாளப்படுத்தப்படுவதால் தங்களுக்கென்று இருந்த பிரத்தியேகமான அடையாளங்களை இழந்துபோயிருக்கிறார்கள். சொந்த ஊரின் மீதான பிடிப்பு தேவையற்றதாய் மாறிப்போயிருக்கிறது.

ரேணுவின் ‘சுவர் சித்திரத்து பெண்மயில்’ கதையில் ஒரு கிராமத்திலிருக்கும் பாரம்பரிய ஓவியம் வரையும் பெண்ணின் ஓவியங்கள், வெளி உலகில் பிரபலமாக, நகரத்திலிருந்து வரும் ஒருவன் அந்தப் பெண்ணை நகரத்திற்குக் குடிபெயரச் சொல்லி நிர்ப்பந்திக்கிறான், பெரிய வீடு, நல்ல வருமானம் என எவ்வளவோ

ஆசைகள் காட்டியபோதும் அவளுடைய மகள் எல்லாவற்றுக்கும் மறுத்துவிடுகிறாள். என்னவானாலும் தனது சொந்த ஊரைவிட்டுச் செல்லப்போவதில்லை எனப் பிடிவாதமாய் இருக்கிறாள்.

நாட்டுப்புறக் கலைகளின் மீதான கோமான்களின் அக்கறை என்பது அதை எவ்வாறு மார்க்கெட்டிங் செய்யலாம் என்கிற வியாபார எண்ணம் சார்ந்தது மட்டுமே. நம் கண்முன்னால் அப்படிச் சீரழிந்த ஒன்று தஞ்சை ஓவிய மரபு. 'நீங்க எங்களையும் நாங்க வரையற படம் மாதிரி விலைக்கு வாங்கிடலாம்னு நெனக்கிறீங்க' என அந்தப் பெண் கேட்கும் கேள்வி எனக்குக் கள்ளம் நாவல் முழுக்க பரந்தாம ராஜு என்னும் கலைஞனின் வழியாக தஞ்சை ப்ரகாஷ் எழுப்பிய கேள்விகளை நினைவூட்டின.

ரேணுவின் கதைகளில் உள்ளார்ந்து வெளிப்படும் இன்னொரு முக்கிய அம்சம் அவருடைய கதை மாந்தர்களுக்கு இருக்கும் போராட்டக் குணம். 'இன்றைய கதாசிரியர்களுள் அவர் ஒரு தவச்செல்வர்' என்று அவரைக் குறிப்பிடும் நிர்மல் வர்மா, 'பீகாரின் நிலப்பரப்பு என்னும் உள்ளங்கைக்குள் இவர் வடமாநிலங்களில் வாழும் விவசாயிகளின் தலையெழுத்தைத் துல்லியமாகக் குறிப்பிடுகிறார்' என்று எழுதுகிறார். ரேணுவிடமிருந்து தொடங்கிய கதை மரபானது முற்றிலும் புதிதான ஒன்று. இவரின் தேர்ந்தெடுத்த கதைகளைத் தமிழில் சாகித்திய அகாதெமி வெளியிட டாக்டர் எச். பாலசுப்ரமணியன் மொழிபெயர்த்திருக்கிறார்.

7. வடகிழக்கின் ஆன்மா –
தெம்சுலா ஆவ்–ன் ‘மூன்று பெண்கள்’

‘உலகியலுக்கும் ஆன்மிகத்திற்கும் இடையே உள்ள இடைவெளியையும், இயற்கை ஆற்றலுக்கும் அவற்றின் பரிமாணங்களுக்குமிடையே இருக்கும் இடைவெளியையும் இட்டு நிரப்பும் முயற்சிக்கான பெயரே அழகியல்.’

- இம்மானுவேல் காண்ட்.

வடகிழக்கு இந்தியா என்ற பகுதியின் ஏழு மாநிலங்களும் தனித்த கலாச்சார அடையாளங்களையும் பண்பாட்டையும் கொண்டவை. ஏராளமான இனக்குழுக்கள் வாழும் இந்த நிலப்பகுதிகளுக்கென மிக நீண்ட வரலாறு உண்டு. காஷ்மீருக்குப் பின் அரசியல் காரணங்களுக்காக அதிகளவில் வஞ்சிக்கப்பட்டவர்கள் இந்த மாநில மக்கள்தான். அதிலும் குறிப்பாக நாகா இனத்தவர். போராட்டக் குணமும் இயற்கையின் மீது ஆழமான பற்றுதலும் கொண்ட இந்த மக்களை நீண்டகாலமாகவே அரசும் ஊடகங்களும் வஞ்சித்து வருகின்றன. தனிநாடு கேட்டுப் போராடும் தீவிரவாதிகள், பிரிவினைவாதிகள் என இவர்களின்மீது இழிவான அடையாளங்களை உருவாக்கியதில் பெரும் பங்கு ஊடகங்களுக்கு உண்டு.

சில வருடங்களுக்கு முன்புவரையிலும் சரியான சாலை வசதிகளோ அடிப்படை வசதிகளோ இல்லாமல் சிரமங்களை எதிர்கொண்ட இந்த மக்கள் பிழைப்பிற்காக இந்தியாவின் வெவ்வேறு மாநிலங்களுக்கு இடம் பெயர்ந்தனர். அடிப்படையில் தாய்வழிச் சமூக மரபுகளைப் பின்பற்றும் இவர்கள் எங்கு சென்றாலும் தங்கள் இனங்களின் அடையாளங்களை ஒருபோதும் கைவிடுவதில்லை. உணவு, உடை, இசை என வடகிழக்கில் உள்ள ஒவ்வொரு பழங்குடிக்கும் தனித்த தேர்வுகள் உண்டு. அந்த அடையாளங்களிலிருந்து அவர்களைத் துண்டிக்கச் செய்து பொது நீரோட்டத்தில் இணைப்பதன் மூலம் அவர்களின் போராட்டக் குணங்களை முற்றாக அழித்துவிடலாம் என்பதே அதிகார வர்க்கத்தின் எண்ணமாக இருக்கிறது.

பலநூறு ஆண்டுகளாக மலைகளிலும் காடுகளிலும் வாழ்ந்துவரும் பழங்குடிகளின் நீண்ட மருத்துவ அறிவும் சூழலியல் சார்ந்த புரிதல்களும் அவர்கள் மொழிகளில்தான் இன்றளவும் இருக்கின்றன. அந்தக் காடுகளும் மருத்துவமுறைகளும் நிலைத்திருக்க வேண்டுமெனில் அந்த மக்களின் மொழியும் கலாசார அடையாளங்களும் பாதுகாக்கப்பட வேண்டியது அவசியம். வட கிழக்கிலிருந்து நிறைய எழுத்தாளர்கள் வலிமையான படைப்புகளோடு வெளிப்பட்டிருக்கிறார்கள். தெம்சுலா ஆவ், மமங் தாய், துருபா ஹசாரிகா, நிருபமா பர்கோஹைன், மம்தா சவுத்ரி, சையத் அப்துல் மாலிக், பாதலேஷ்வர் சர்மன் என சிலரைக் குறிப்பிடலாம். வடகிழக்கு மாநிலங்கள் கலாச்சாரத்திலும் கட்டமைப்பிலும் வேகமாக எதிர்கொள்ளும் மாற்றங்களையே இவர்களது பெரும்பாலான படைப்புகள் மையமாகக் கொண்டிருக்கின்றன.

தெம்சுலா ஆவின் மூன்று பெண்கள் என்னும் கதையை திலகவதி அவர்களின் மொழிபெயர்ப்பில் சில வருடங்களுக்கு முன் வாசித்தேன். அதன்பிறகு அடிக்கடி நான் வாசிக்கக்கூடிய கதைகளில் ஒன்றாக அது மாறிப்போனது. என் தலைமாட்டில் எனத் தலைப்பிட்ட அந்தத் தொகுப்பிலிருக்கும் அத்தனை கதைகளுமே சிறப்பானவை என்றாலும், இந்த ஒரு கதை மற்றவற்றிலிருந்து தனித்துவமானது, சிறந்தது என்பது என் அபிமானம். பாட்டி, தாய், மகள் என ஒரு குடும்பத்தின் மூன்று தலைமுறைப் பெண்களின் வாழ்வை அவர்களது குரலிலேயே இந்தக் கதை விவரிக்கிறது.

ஓர் ஒப்புதல் வாக்குமூலமாகவோ அல்லது டயரிக் குறிப்பாகவோ கூட நாம் இதனை அணுகலாம். இதில் ரகசியங்கள் உண்டு, வீழ்ச்சி உண்டு, மகிழ்ச்சியும், அரவணைப்பும் என எல்லாவிதமான உணர்வுகளுக்கும் இடமுண்டு. பெண்களின் கதை துயரை மட்டுமே பேசும் என்கிற பொதுப்புத்தியைப் பொய்யாக்கும் விதமாக அடையாளச் சிக்கலையும், கலாச்சார மாற்றங்களையும் நுட்பமான அரசியலையும் பேசுகிறது. பத்துப் பக்கங்களுக்கும் குறைவான ஒரு கதையில் வெவ்வேறு குரல்களில் கதை சொல்வதற்கான சாத்தியங்களை உருவாக்கியிருப்பது சுவாரஸ்யத்தைக் கூட்டுவதோடு எழுத்தாளர் தேர்ந்த கதைசொல்லி என்பதையும் நமக்கு உணர்த்துகிறது.

மார்த்தா என்னும் சிறுமி தனது ஊரில் மற்றவர்களைப் போல் இல்லாமல் தோற்றத்தில் வேறு மாதிரியாக இருப்பதால் எல்லோராலும் கூலி என இழிவாக அழைக்கப்படுகிறாள். அந்த இழிச் சொற்களிலிருந்தும் பிறரது உதாசீனங்களில் இருந்தும் தப்பித்துக்கொள்ள நன்றாகப் படிப்பதே வழியெனப் புரிந்துகொண்டு பள்ளியில் சிறப்பாகப் படிக்கிறாள். கேலிப்பேச்சுகள் குறைந்தபோதும் முற்றாக ஒழிந்திருக்கவில்லை. ஒருமுறை ஏன் தன்னை எல்லோரும் கூலி என அழைக்கிறார்கள் என ஆத்திரத்தில் சக மாணவியிடம் கேட்க, அவள், "நீ எங்கள் கிராமத்தைச் சேர்ந்தவள் அல்ல, உன் தாய் உனக்கு உண்மையான தாயல்ல" என மார்த்தாவின் பிறப்பு ரகசியத்தைச் சொல்லிவிடுகிறாள். வேதனையோடு வீடு திரும்பும் மார்த்தா தனது பாட்டியிடம் இது குறித்து விசாரிக்க, பாட்டி எந்தப் பதிலும் சொல்லாமல் அமைதியாக அமர்ந்திருக்கிறாள்.

மார்த்தாவின் தாய் மெடம்லாவின் பார்வையில் அவளது காதல் கதையும் மார்த்தா அவளிடம் வந்து சேர்ந்த கதையும் அதனைத் தொடர்ந்து விவரிக்கப்படுகிறது. மகளின் உலகமும் தாயின் உலகமும் வெவ்வேறானவை. மெடம்லாவின் காதலன் அவளிடமிருந்து பிரிந்து சென்றதற்கான காரணத்தை இறுதிவரையிலும் அவளால் கண்டுபிடிக்க முடியவில்லை. அவள் தனித்து வாழ்வதென உறுதியான முடிவெடுத்தபின் மருத்துவமனையில் கிடக்கும் மார்த்தாவைத் தத்தெடுத்துக்கொண்டு வாழ்கிறாள். வேறு இனக்குழுவைச் சேர்ந்த குழந்தையான மார்த்தாவை மெடம்லாவின் பெற்றோரும் ஊர்க்காரர்களும் தயக்கமின்றி ஆதரிக்கிறார்கள்.

தூரத்து நகரத்திலிருக்கும் மருத்துவமனையிலிருந்து குழந்தையைத் தூக்கிக்கொண்டு ரயிலில் பயணிக்கையில் அவளது ஊரைச் சேர்ந்தவர்கள் சுமையைக் குறைக்கும் பொருட்டு குழந்தையை அவளிடமிருந்து வாங்கிக்கொண்டு சுமக்கிறார்கள். திருமணமே செய்துகொள்ளாமல் குழந்தையோடு ஊர் திரும்பும் அவளிடம் எந்தக் கேள்விகளையும் எவரும் கேட்கவில்லை. ஒரு பிரச்சினையைத் தாய்வழிச் சமூகம் அணுகுவதற்கும் தந்தைவழிச் சமூகம் அணுகுவதற்குமான நுட்பமான வேறுபாடுகள் ஏராளமுண்டு. வாழ்வின் முக்கிய முடிவுகளைத் தன்னிச்சையாய் எடுக்கக்கூடிய சுதந்திரம் தாய்வழிச் சமூகத்தில் உண்டு. வடகிழக்கு மாநிலப் பெண்களின் வாழ்வைக் கவனித்தோமானால் இந்த உண்மையை நாம் விளங்கிக்கொள்ள முடியும்.

மெடம்லாவைத் தொடர்ந்து அவளின் தாயான லிபோக்துலாவின் கதை சொல்லப்படுகிறது. மெடம்லாவை அவளது காதலன் மறுத்ததற்கான ரகசியம் இந்தப் பகுதியில் விவரிக்கப்படும் போது அந்த மூன்று பெண்களின் வாழ்விலும் எதிர்பாராமல் நுழையும் ஆண்களால்தான் பெரும் திருப்பங்கள் நிகழ்ந்திருப்பதை நாம் புரிந்துகொள்கிறோம். மார்த்தா தான் தத்துக் குழந்தை என்கிற உண்மையை ஏற்றுக்கொள்வதோடு இந்தக் கதை முடிந்துவிடவில்லை. இளம் வயதிலேயே அவளும் தாயாவதோடு கதை நிறைவுக்கு வருகிறது.

ஒரு சிறுகதையின் கட்டமைப்பில் கதாபாத்திரங்களும், முரண்களும், சூழலும் முக்கியமானவை. தனித்துவமான கதைக்கருவாக இருப்பினும் சொல்லப்பட்டவிதம் காரணமாகவும் மோசமான கதாபாத்திர வடிவமைப்பின் காரணமாகவும் ஏராளமான கதைகள் அழுத்தமான வாசிப்புணர்வைத் தராமல் போகக்கூடும். அதேவேளை மிகச் சுமாரான கருவைக் கொண்ட கதைகள்கூட சொல்லப்பட்ட முறையின் காரணமாகவோ அல்லது வலுவான பாத்திர அமைப்பின் காரணமாகவோ சிறப்பான வாசிப்பு அனுபவத்தைத் தருவதுண்டு.

நாவல்களிலிருந்து சிறுகதைகளை வேறுபடுத்தக்கூடிய முக்கியமான அம்சங்களில் ஒன்று கச்சிதமான மொழியும், இறுதியில் வெளிப்படும் எதிர்பாராத திருப்பமும். எதிர்பாராததொரு திருப்பத்தை வெற்றிகரமாகக் கையாண்ட கதைகளே சிறந்த கதைகளாகப் பெரும்பாலும் உதாரணம் காட்டப்படுகின்றன. ஆனால் இந்த

விதிகளை மீறி வெற்றி பெற்ற கதைகளும் உண்டு. மூன்று பெண்கள் கதையின் முடிவில் திடீர் திருப்பம் எதுவும் நிகழ்வதில்லை. கதையின் தொடக்கத்தில் மார்த்தாவின் காதலன் வீட்டிற்கு வெளியே பதற்றத்தோடு இருப்பதையும், வீட்டிற்குள் பிரசவம் நடப்பதற்கான சூழலையும் எழுத்தாளர் விவரித்துவிடுகிறார். மூன்று தலைமுறைக் கதைகளையும் சொல்லிவிட்டு இறுதியில் மார்த்தாவின் பிரசவம் நடக்கும் கதையின் தொடக்கத்திற்கு வந்துவிடுகிறது. இது நாவலுக்கான அடிப்படைக் கட்டமைப்பில் இருக்கும் தன்மை. திரைக்கதை உருவாக்கத்திலும் வெற்றிகரமான அமைப்பாக இதனைத்தான் பெரும்பாலான எழுத்தாளர்களும் கையாள்கிறார்கள். அபூர்வமாகவே சிறுகதைகளில் இந்த அமைப்பு பயன்படுத்தப்படுகிறது.

எதிர்பார்த்த ஒரு முடிவாக இருந்தபோதும், தனக்குப் பிறந்த குழந்தையை மார்த்தா தன் தாயின் கைகளில் தரும்போது வாசிக்கும் நமக்குப் பெரும் மனநிறைவு உண்டாகிறது. பலநூறு பேருக்குப் பிரசவம் பார்த்தவளும் ஒருபோதும் கருத்தரிக்காதவளுமான மெடம்லா தனது குழந்தையின் குழந்தையை ஏந்திக்கொள்கிறாள். மகிழ்ச்சியான முடிவுகளைக் கொண்ட சிறுகதைகள் மீள் வாசிப்புக்கானவையாக இருப்பதில்லை. நிறைவின்மையும், சோகமும் கொண்ட புனைவுகள் ஒரு வாசகனுக்கு ஏராளமான கேள்விகளையும் தேடலும் உருவாக்கும். மகிழ்ச்சியான தருணங்கள் ஒரு கதையிலிருந்து வாசகனை வேகமாகத் துண்டித்துக்கொள்ளச் செய்கின்றன. மாறாக, இந்தக் கதையின் நிறைவு வாசிப்பவனுக்கு நெருக்கமானதொன்றாக மாறுகிறது. இந்த நெருக்கத்தை உணரக் காரணம் மார்த்தா, மெடம்லா, லிபோக்துலா என்கிற மூன்று கதாபாத்திரங்களின் உருவாக்கமே.

மூன்று பெண்களும் சுதந்திரமானவர்களாகவும், வலிமையானவர்களாகவும் இருப்பதோடு எந்தச் சூழலையும் எதிர்கொண்டு சமாளிக்கிறவர்களாக இருக்கிறார்கள். மார்த்தாவை ஊர்க்காரர்கள் கூலி என்று கேலி செய்யும்போது அவள் சோர்ந்துபோகவில்லை. நன்றாகப் படித்து எல்லோரும் தன்னைக் கவனிக்கும்படி செய்கிறாள். மெடம்லா தனது உண்மையான அம்மா இல்லை என்கிற உண்மை தெரியவரும்போது, “நான் உன் வயிற்றில் பிறக்காமல் இருக்கலாம். ஆனால் நீதான் என் தாய். இவள்தான் என் பாட்டி. இதுதான் என் ஊர்” என உறுதியாகச் சொல்கிறாள்.

அவளுக்குத் தனது கடந்த காலம் குறித்தோ தான் யாருக்குப் பிறந்தோம் என்பது குறித்தோ ஒரு கவலையும் இல்லை. இளம் வயதிலேயே காதலனோடு உறவுகொண்டு பிரசவமாகும்போது அம்மாவும் பாட்டியும் அச்சப்படுகிறார்கள். மார்த்தா தன் காதலன் தன்னைக் கைவிடமாட்டான் என்பதில் உறுதியாக இருக்கிறாள்.

மெடம்லா கிராமத்திலிருந்து நகரத்திற்குக் கல்வி கற்கச் செல்கிறாள். தனது காதலனைத் தீர்மானித்து வீட்டிற்குக் கடிதம் எழுதுகிறாள். காதலன் அவளைக் கைவிட்டதும் உடைந்துபோகாமல் செவிலியர் பணிக்குச் செல்கிறாள். கைவிடப்பட்ட குழந்தையான மார்த்தாவைத் தத்தெடுக்க அவள் முடிவெடுக்கிறபோது மருத்துவர்களும் நிர்வாகமும் எதிராக இருக்க, வேலையே போனாலும் பரவாயில்லையென குழந்தையைத் தத்தெடுத்துக் கொள்கிறாள். நன்மையோ தீமையோ அவளது வாழ்வில் விளையும் எல்லா மாற்றங்களும் அவளது முடிவுகளால் மட்டுமே நிகழ்கின்றன.

மெடம்லாவின் தாயான லிபோக்துலா தனக்கு நிகழ்ந்த அநீதியைக் குறித்து யாரிடமும் பேசவில்லை. அதே நேரத்தில் அநீதி இழைத்தவனைக் குறித்து அச்சப்படவுமில்லை. மகளின் காதல், குடும்பத்திலும் ஊரிலும் தேவையற்ற குழப்பத்தை உருவாக்கிவிடும் எனத் தெரியும்போது அவள் சாதுர்யமாக அந்த விவகாரத்தைக் கையாள்கிறாள். எல்லாவற்றையும்விட முக்கியமாகக் கடந்தகால ரகசியத்தை அவள் ஒருபோதும் எவரிடமும் வெளிப்படுத்துவதில்லை. சுய பச்சாதாபமோ வருத்தமோ அவளிடமில்லை.

எந்தப் பிசிறுகளும் இல்லாமல் முழுமையாகச் செதுக்கப்பட்ட ஒரு சிலையைக் கவனிக்கையில் நமக்குள் ஏற்படும் பரவசம் அலாதியானது. அதற்கு உங்களுக்குச் சிற்ப சாஸ்திரம் தெரிந்திருக்க வேண்டுமென்றோ நீங்கள் பெரும் கலாரசிகனாக இருக்க வேண்டுமென்றோ அவசியமில்லை. நடராஜர் சிலையைக் கண்டு மெய்சிலிர்க்கும் கோடானுகோடி மனிதர்களில் எத்தனை பேருக்குச் சிற்ப சாஸ்திர இலக்கணம் தெரியும்? ஆனாலும் அவர்கள் அதன் அழகில் ஈர்க்கப்படவில்லையா? நல்ல இலக்கியமும் அப்படித்தான். மொழியின் நுட்பங்களை வடிவங்களையும் மீறி வாசிக்கிற எல்லோரையும் தன்னை நோக்கி வசீகரிக்கக் கூடிய எல்லாக் கதைகளும் சிறந்த கதைகளே. ஒரு கதையில் கதாபாத்திர

வடிவமைப்பு, உரையாடல், கதைமொழி எல்லாமே சிறப்பாக அமைந்தால் மட்டுமே முழுமையும் அழகும் கூடிவரும். ஆனால் இம்மூன்றும் கூடிவருவது அவ்வளவு சுலபமல்ல.

தெம்சுலா அஸாமில் பிறந்து தனது இறுதிக்காலம் வரை மேகாலயா மாநிலத்தின் ஷில்லாங் நகரில் வாழ்ந்த நாகா இனப்பெண். இதனால் வடகிழக்கின் வெவ்வேறு இனக்குழு மக்களின் பழக்க வழக்கங்கள் கலாசாரங்கள் இவற்றோடு அவருக்கு நல்ல அறிமுகம் உண்டு. அவரது கதைகள் அதிகமும் பேசுவது நாகாலாந்து மாநிலத்தைதான் என்றாலும், அவற்றை நாம் வடகிழக்கில் வாழும் பிற இனக்குழுக்களின் குரலாகவும் பார்க்க முடியும். விமான நிலையத்தை விற்றுவிட்ட சிறுவன் என்றொரு கதையில் ஒரு சிறுவன் சாதுரியமாக எவ்வாறு ஊர்மக்களை ஏமாற்றுகிறான் என்பது நகைச்சுவையோடு சொல்லப்பட்டிருக்கிறது. அதே சமயம் போர்க்காலங்களில் வடகிழக்கு மாநிலங்கள் எவ்வாறு சுரண்டப்பட்டன என்பது உள்ளீடாக நமக்கு விளங்குகிறது.

நேதாஜியின் இந்திய தேசிய ராணுவம் நாகாலாந்தின் கொஹிமா வழியாகவே இந்தியாவிற்குள் நுழைய நினைத்தது. இறுதியில் கொஹிமாவில் நடந்த போரில்தான் ஐஎன்ஏ தோல்வியைத் தழுவியது. சுதந்திரத்திற்கும் முன்பும் பின்பும் நாகா இன மக்கள் தங்களது அடையாளத்தைக் கைவிடாமலிருக்க நடத்திய போராட்டத்தில் பெரும் இழப்புகளைச் சந்தித்துள்ளனர். ஆனால் ஒருபோதும் சரணடைந்ததில்லை. எவரிடமும் மண்டியிடாத வீரம் செறிந்த வரலாறு அவர்களுக்குண்டு.

வடகிழக்கு மாநிலங்கள் அண்டை நாடுகளோடு எல்லைகளைப் பகிர்ந்துகொள்கின்றன. அடர்ந்த காடுகளும் மலைகளும் அருவிகளும் நிறைந்த வளமான இயற்கை வளத்தைக் கொண்ட இந்த நிலப்பகுதியை அரசாங்கம் தனியார் நிறுவனங்களிடம் விற்பதில் மும்முரமாக இருக்கிறது. மின்சாரத்திற்காகவும், தாதுப் பொருட்களை வெட்டி எடுப்பதற்காகவும், நிலக்கரி சுரங்கத்திற்காகவும் பெரும் பசியோடு இந்த நிறுவனங்கள் காடுகளில் சுற்றிவருகின்றன.

இன்னொருபுறம் பங்களாதேஷ் பர்மா மாதிரியான அண்டை நாடுகளில் இருந்து அத்துமீறி வருகிறவர்களால் இந்தப் பகுதிகளில் குற்றச் செயல்களும் அதிகரித்துவிட்டன. இந்தக்

குற்றங்களுக்காக அதிகமும் தண்டிக்கப்படுவது அப்பாவி வடகிழக்கு இளைஞர்கள்தான். எந்தவிதமான விசாரணைகளும் இன்றி கைது செய்யப்பட்டு கடும் துன்புறுத்தல்களுக்கு உள்ளான ஏராளமான இளைஞர்கள் எல்லைப் பாதுகாப்புப் படையினரால் கொல்லப்பட்டிருக்கிறார்கள். இந்த அநீதிகளுக்கு எதிராக மணிப்புரி பெண்கள் நடத்திய போராட்டங்கள் என்றென்றும் நிலைத்திருக்கக் கூடியவை.

வடகிழக்கு மாநில மக்களின் வாழ்க்கைமுறை மட்டுமல்ல, கலை மற்றும் இசை ரசனையும் மற்ற இந்திய மக்களிடமிருந்து முற்றிலும் வேறுபட்டது. அவர்கள் ஒரே நேரத்தில் உலகின் அத்தனை சிறந்த இசைக் குழுக்களையும் ரசிக்கிறவர்களாகவும் தங்களது பழங்குடிப் பாடல்களை நவீனப்படுத்திப் புதியனவற்றை உருவாக்கக் கூடியவர்களாகவும் இருக்கிறார்கள். அதனாலேயே நவம்பர் டிசம்பர் மாதங்களில் வடகிழக்கு இந்திய மாநிலங்களில் நிறைய இசைத் திருவிழாக்கள் நடைபெறுவதைப் பார்க்க முடியும்.

நாகாலாந்தின் ஹார்ன்பில் ஃபெஸ்டிவல், அருணாச்சலப் பிரதேச மலைகளில் நடைபெறும் ராக் இசைத் திருவிழாக்கள், மேகாலயாவில் நடைபெறும் ப்ளாசம் மலர்த் திருவிழா என பெரும் இசைக் குழுக்களின் அணிவகுப்பை இங்கு காணமுடியும். வடகிழக்கின் இலக்கியங்களையும் இசை வடிவங்களையும் நாம் அரசியல் பின்னணியோடு அணுகவேண்டியது அவசியம். எந்தக் காலத்தில் ஒரு கதை எழுதப்படுகிறது என்பதும் ஒரு பாடல் உருவாக்கப்படுகிறது என்பதும் முக்கியமானது. அந்த மக்களின் போராட்ட வடிவங்களில் கலைக்கும் பெரும் பங்குண்டு. அதனால்தான் வடகிழக்கு இந்திய எழுத்தாளர்களின் படைப்புகள் முக்கியத்துவம் பெறுகின்றன.

8. தாராசங்கர் பானர்ஜியின் 'படகோட்டி தரிணி'

'இலக்கிய உரைநடையில் கொழுப்பை நீக்கி தசைகளைப் பெறுவதெப்படி என்பது நாவலாசிரியரைவிட சிறுகதை ஆசிரியருக்கே எளிதில் கைவரப் பெறுகிறதென்பதை நானும் லியோ டால்ஸ்டாயைப் பின்பற்றிக் கூறுகிறேன்.'

- கலையும் மொழியும் நூலில் கான்ஸ்டாண்டின் ஃபெடின்.

ஒவ்வொரு காலகட்டத்திலும் சிறுகதைக் கலையில் நிகழ்ந்து வரும் மாற்றங்கள் உரைநடை இலக்கியத்தில் ஒரு சவாலான வடிவமாக அதைத் தக்கவைத்துக்கொண்டிருக்கிறது. உருவத்திலும் உள்ளடக்கத்திலும் முந்தைய கதைகளிலிருந்து முற்றிலும் துண்டித்துக்கொண்டு புதிய பாய்ச்சல்களைக் கண்டடைய வேண்டியது சிறுகதைக்கு அவசியமாக இருப்பதால் மொழியில் தேர்ந்த கலைஞன் மட்டுமே நல்ல கதைகளை எழுத முடியும். இடைவெளியின்றி முறுக்கிக் கட்டப்பட்ட கயிறென உறுதியான சொற்சேர்க்கையும் அழுத்தமான கதை முடிச்சும் அந்த முடிச்சை முழுமையாக்க வலிமையான திருப்பத்துடன் கூடிய முடிவும் சேர்ந்து ஒரு சிறுகதை உருவாகிறது.

அடிப்படையில் நாவல், சிறுகதை இரண்டுமே நமக்கு மேற்கிலிருந்து இறக்குமதியான இலக்கிய வடிவங்கள்தான். அதனாலேயே இதன் அடிப்படைகளை நாம் உள்வாங்கிக்கொண்டு மெருகேற்ற நமக்கு அவகாசம் தேவைப்பட்டது. ஓர் இலக்கிய வடிவம் மேற்குலகின் வெளிப்பாடாக இருப்பதற்கும் கிழக்குலகின் வெளிப்பாடாக இருப்பதற்கும் ஏராளமான வேறுபாடுகள் உண்டு. இந்த வேறுபாடுகள் அதன் வரலாறு மற்றும் கலாசாரப் பின்னணிகளின் அடிப்படையில் நிகழ்கின்றன.

ஐரோப்பியக் கதைகளில் நாம் பார்க்க முடிகிற அமைதி நமது கதைகளில் இருப்பதில்லை. கிழக்கின் வாழ்க்கை முறையில் ஒரு சலசலப்பு இருந்தபடியே இருக்கும். இந்தச் சலசலப்பு இரைச்சல் அல்ல, கூடி வாழ்தலின் பிரதிபலிப்பு. ஒரு கதைக்குள் இத்தனை மனிதர்களா எனச் சில சிறுகதைகளில் நாம் சலிப்பாகிவிடக் கூடிய அளவிற்குக் கதாபாத்திரங்கள் வரக்கூடும். இந்தச் சலசலப்புத்தான் கிழக்கின் கலை அடையாளம். மேற்கிலிருந்து சிறுகதை வடிவத்தின் அடிப்படைகளை மட்டுமே நாம் எடுத்துக் கொள்ள வேண்டுமே தவிர, அந்தக் கலைமனத்தை அப்படியே பிரதிபலிப்பது தேவையற்றது.

சிறுகதை அறிமுகமான காலத்தில் ஒரு செய்தியையோ அல்லது கருத்தையோ சொல்வதாக மட்டுமே பெரும்பகுதியான கதைகள் இருந்துவந்தன. கடந்த நூற்றாண்டின் தொடக்கத்தில் இங்கு அபரிமிதமாக இறக்குமதியான வேற்றுமொழி இலக்கியங்கள் இளம்தலைமுறை எழுத்துக் கலைஞர்களுக்குப் புதிய வாசிப்பையும் திறப்பையும் தந்ததோடு கதைசொல்லும் கலையின் நுட்பங்களையும் கற்றுக்கொள்ள உதவியது. காலாவதியாகிப்போன சொல்முறைகள் மற்றும் உருவகங்களிலிருந்து விடுபட்டு புதிய வடிவங்களில் அவர்கள் எழுதத் தொடங்கினார்கள். அவ்வாறு எழுதப்பட்ட சிறுகதைகள் மனிதர்களின் மனங்களை முன்பைவிடத் துலக்கமாக வெளிப்படுத்தின. வங்காளத்திலும் மலையாளத்திலும் மராத்தியிலும் தமிழிலும் புத்தெழுச்சியான எழுத்தாளர்கள் உருவானார்கள்.

ஐரோப்பியக் கதைகள் முழுக்கத் தனிமனிதனின் மன அவஸ்தைகளையும் கொந்தளிப்புகளையும் பெருவாரியாக எழுதிக்கொண்டிருந்த அதே காலகட்டத்தில் இந்திய உரைநடை இலக்கியம் சமூகப் போக்கையும் வேகமாக அரங்கேறிக் கொண்டிருந்த பண்பாட்டு மாற்றத்தையும் பதிவுசெய்ததை

நாம் கவனிக்கவேண்டும். ஐரோப்பியர்கள் எதிர்கொண்ட இரு மாபெரும் யுத்தங்கள் அதன் விளைவான தனிமை என்பதிலிருந்து மாறுபட்டது சிதைவுற்ற இந்தியக் கிராமங்களிலிருந்து இடம் பெயர்ந்த மக்களின் அலைச்சலான வாழ்வு.

ஒரு சாரார் தங்களது கடந்த கால வாழ்வின் மீதான ஏக்கங்களைச் சுமந்தலைபவர்களாக இருக்க, இன்னொரு சாரார் தங்களை அவ்வளவு காலமும் அழுத்தியிருந்த சமூகப் படிநிலைகளில் இருந்து விடுபட்ட சுதந்திர உணர்வைப் பெற்றவர்களாய் இருந்தார்கள். இந்த இருவகையான மனப்போக்குகளும் தொடர்ந்து புனைவிலக்கியங்களில் வெளிப்பட்டன, இப்போதும் வெளிப்பட்டுக் கொண்டிருக்கின்றன.

வங்கமொழியின் தலைசிறந்த புனைவெழுத்தாளர்களில் ஒருவரான தாராசங்கர் பானர்ஜி தனது ஆரோக்ய நிகேதனம் நாவலுக்காக சாகித்ய அகாதெமி விருது வென்றவர். நுட்பமான நிலவியல் காட்சிகளையும், எளிய மனிதர்களின் வாழ்வியலையும் மனக்கொந்தளிப்புகளையும் மிகையுணர்ச்சியின்றி எழுதுவதில் வல்லவரான இவரது புனைவுலகம் விடுதலைக்கு முன்பான வங்காளத்தின் மனசாட்சியாக இருக்கிறது. மேற்கு வங்காளம் கிழக்கு வங்காளமென இரண்டாகப் பிரிக்கப்படுவதற்கு முன்பிருந்த வங்காளத்தின் நிலமென்பது பிரம்மாண்டமானது. இதனாலேயே வெவ்வேறு கலாச்சாரங்களை நம்பிக்கைகளைக் கொண்டிருந்த ஏராளமான மக்கள் வாழக்கூடிய அந்நிலத்தின் கதைகள் வெவ்வேறு தன்மைகளைப் பிரதிபலிக்கக்கூடியதாக இருந்தன.

நகரப் பின்னணிகளிலிருந்து எழுதப்பட்ட கதைகள் அன்றைய கல்கத்தாவின் மிக வேகமான மாற்றங்களைப் பதிவுசெய்ய, இன்னொருபுறம் வறுமையாலும் பஞ்சத்தாலும் கைவிடப்பட்ட கிராமங்களை மையப்படுத்திய கதைகள் ஒரே நேரத்தில் சமூக விடுதலையையும் தனிமனித விடுதலையையும் அம்மக்களுக்கு எவ்வளவு அவசியமாக இருந்ததென்பதைக் காட்டுகின்றன.

படகோட்டி தாரிணி என்னும் தாராசங்கரின் இந்தக் கதை, ஒரு கிராமத்தில் ஒரு வருடத்திற்குள் நிகழும் இயற்கை மாற்றங்கள் அதனால் ஏற்படும் பஞ்சம், அந்தப் பஞ்சத்திலிருந்து தப்பிக்க மக்கள் பெருமளவில் இடம்பெயர்வதெனப் பெரும் வாழ்வைச் சித்தரிப்பதாகவே இருக்கிறது. வாழ்வின் ஒரு துளியை, அல்லது

தருணத்தை, ஒரு நிகழ்வின் முழுமையான சித்திரத்தை நுட்பமாகப் படம்பிடித்துக் காட்டினாலே சிறுகதைக்குப் போதுமானது. ஆனால் இந்தக் கதை துண்டு துண்டான காட்சிகள் மூலமாகவும் காலத்தை முன்பின்னாகச் சொல்லிச் செல்வதன் வழியாகவும் ஒரு படகோட்டியின் வாழ்வை நம் கண்முன்னே கொண்டு வந்து நிறுத்துகிறது. நேர்கோட்டில் தொடங்கினாலும் இடையீடாக படகோட்டியின் பார்வையிலிருந்து அந்த ஊரின் கடந்தகால நிகழ்வுகள் நமக்குச் சொல்லப்படுகின்றன. ஊருக்கும் படகோட்டிக்குமான ஆழமான பிணைப்பை நாம் சில பக்கங்களிலேயே அழுத்தமாக உணர்ந்துகொள்ள இந்த இடையீடான நினைவுகள்தான் பெருமளவில் உதவுகின்றன.

சுதந்திரத்திற்கு முந்தைய இந்திய கிராமங்களுக்கு இருந்த பொதுவான முகம் வறுமை. பெரும்பான்மையான நிலங்கள் பண்ணையார்களிடம் இருந்ததால் கிராமங்களில் வசிக்கும் சாதாரண மக்கள் உழைக்கும் கூலிகளாக அவர்களைச் சார்ந்திருந்தார்கள். இந்தி எழுத்தாளர் ப்ரேம் சந்த் உத்தரப்பிரதேசத்தின் கிராமங்களையும் அதன் வறுமையையும் அங்கிருந்த உழைக்கும் மக்கள் சுரண்டப்பட்டதையும் எழுதியிருப்பதைப்போல வங்காளத்தின் கிராமங்களை அதன் அசல்தன்மையோடு பதிவுசெய்தவர் தாராசங்கர்.

‘இன்றைய இந்தியச் சிறுகதைகளின் கதைக்களம் என்பது நமது நாட்டின் நிலவியல் மற்றும் சமூகவியல் வேறுபாடுகளைப் போலவே விரிவானதும் மாறுபட்ட தன்மைகளை உடையதுமாக இருக்கிறது. ஒருவகையில் இது முழு உலகம் போல் உள்ளது’ என எழுத்தாளர் சிசிர் குமார் தாஸ் எழுதியிருப்பது இவ்விடத்தில் நினைவிற்கு வருகிறது. ஒவ்வொரு நிலத்திற்கும் எப்படி பிரத்தியேகமான தன்மைகளுண்டோ நிலங்களைப் பொறுத்து மனிதர்களிடமும் இந்தக் குண மாறுபாடு இருக்கவே செய்கிறது.

நிலத்தின் வழியாகவே பண்பாட்டு அடையாளங்கள் மாறுகின்றன. வறண்ட பாலைவனத்தில் வாழும் ஒருவனின் வாழ்வு செழிப்பான நிலத்தில் வாழக்கூடிய ஒருவனின் வாழ்வோடு ஒப்பிடக்கூடியதல்ல. மனிதர்களின் செயல்களுக்குப் பின்னாலிருக்கும் நியாயங்களைப் புரிந்துகொள்ள ஒற்றைத்தன்மையான கண்ணோட்டம் போதாது. மனிதர்களைப் புரிந்துகொள்ள முதலில் அவர்கள் வாழும் நிலத்தின் தன்மையையும் புரிந்துகொள்ள வேண்டியிருக்கிறது.

நவீன இந்தியச் சிறுகதைகளின் காலமான இந்த நூற்றாண்டின் பெரும்பகுதி சாதனைகள் யதார்த்தவாத கதைகளின் மூலமாகவே நிகழ்ந்துள்ளன. தொண்ணூறுகளுக்குப் பிறகான நவீனத்துவ கதைகளின் வருகையே விளிம்புநிலை மக்களின் வாழ்வை பிரதிபலிப்பவையாக இருந்தன என்று ஒரு வாதம் எப்போதும் முன்வைக்கப்படுவதுண்டு. ஆனால் அது உண்மையில்லை. ஐம்பது வருடங்களுக்கும் முன்பாகவே மராத்தியிலும் கன்னடத்திலும் விளிம்புநிலை மக்களின் கதைகளை முன்னிலைப்படுத்தும் போக்கு யதார்த்தவாத கதைகளில் பிரதானமாக இருந்தது.

படகோட்டி தரிணி என்ற இந்தச் சிறுகதையின் சிறப்பம்சமாக முதலில் அதன் கதாபாத்திர உருவாக்கத்தைச் சொல்ல வேண்டும். படகோட்டி ஒரு முக்கியக் கதாபாத்திரமென்றால் அவன் வசிக்கும் ஊர் இன்னொரு கதாபாத்திரமாகிறது. தாராசங்கரின் எழுத்து நிலத்தோடு பிணைந்த ஒன்றாக இருப்பது அவர் எழுத்தின் தனித்துவம். தரிணி என்ற படகோட்டிக்கு என்னவிதமான மனநிலைகள், ஏற்ற இறக்கங்கள் சந்தோசங்கள் களிப்புகள் துயரங்கள் எல்லாம் இருக்கின்றனவோ அதே உணர்வுகள் அந்த ஊருக்கும் இருக்கின்றன.

கதையின் தொடக்கத்தில் ததும்பியோடும் ஆற்றில் அவனது படகில் மக்கள் திருவிழாவிற்குச் சென்றுகொண்டிருக்க, அவர்களுக்கு முன்னால் சென்ற படகில் ஒரு விபத்து ஏற்பட்டு ஒரு பெண் நீரில் விழுந்துவிடுகிறாள். தரிணி தன் உதவியாளனிடம் துடுப்பைத் தந்துவிட்டு நீரில் குதித்து அந்தப் பெண்ணைக் காப்பாற்றுகிறான். படகோட்டியின் கதாபாத்திரம் என்னவென்பதைக் கதை தொடங்குமிடத்திலேயே நமக்குத் தெளிவாகக் காட்டிவிடுகிறார் எழுத்தாளர். அந்த நதியைத் தன் தாயெனக் குறிப்பிடும் படகோட்டியின் வாழ்க்கை, நதியைச் சார்ந்தே அமைந்திருக்கிறது. அந்தப் பெண்ணைக் காப்பாற்றும்போதே தரிணி இதற்கு முன்பும் ஏராளமானவர்களைக் காப்பாற்றியிருக்கிறான் என்கிற செய்தியும் நமக்குக் கிடைக்கிறது. கதையின் தொடக்கத்திலேயே இந்தக் கதையில் நிகழப்போகும் முரணுக்கான பிடி நமக்குக் கிடைத்துவிட்டாலும் கதை பயணிக்கும் வழியில் நாம் முடிவை நோக்கி நகர்வதற்குப் பதிலாக அந்தப் படகோட்டியைப் போல் நதியின் சுழலுக்குள் சாகசம் செய்யவே விரும்புகிறவர்களாய் இருக்கிறோம். வலுவான கதாபாத்திரங்களும், அழுத்தமான

முரண்களும்தான் ஒரு நல்ல சிறுகதைக்கு அடிப்படையாக இருக்கிறது. ஆனால் இந்த அடிப்படைகளை மட்டுமே வைத்துக்கொண்டு எழுதப்படுகிற எல்லாக் கதைகளும் நல்ல சிறுகதைகளாக மாறிவிடுவதில்லை.

குறைந்த சொற்களைக் கொண்டு ஒரு கதையைச் சொல்வதுதான் சிறுகதையாளனுக்கு இருக்கும் மிகப்பெரிய சவால். பத்துப் பக்கங்களுக்குள் மட்டுமே இருக்கும் இந்தக் கதையில் மிக நீண்டகால மாற்றத்தை அனாயாசமாகக் கடக்க முடிந்ததுதான் தாராசங்கரின் மொழியாளுமை. ஒரு சம்பவத்தை எவ்வளவு கச்சிதமாக எழுத வேண்டுமோ அவ்வளவு கச்சிதமாக எழுதுவது, மிகையுணர்ச்சி கொண்ட உரையாடல்களைக் கவனமாகத் தவிர்த்திருப்பதென எல்லா காலகட்டத்திற்குமான ஒரு சிறுகதையாக இந்தக் கதை மிளிர்கிறது. தேவையற்ற ஒவ்வொரு சொல்லும் கதைக்குச் சுமையே, இந்தச் சொற்சிக்கனத்தைப் பழக ஒருவர் தாம் சிந்திக்கும் சிறந்த பகுதிகளை எழுத்தாக்கும் ஆற்றலை வளர்த்துக்கொள்ள வேண்டியுள்ளது. ஒரு கதையில் நல்ல தொடக்கமும், கதாபாத்திரமும் எதிர்பாராத முடிவும் அமைவதோடு அதனைச் சொல்லிச் செல்வதற்கான மொழியாளுமையும் மிக முக்கியமானதாகிறது. அவரது சமகாலத்தில் எழுதப்பட்ட அனேகக் கதைகளில் இருந்து இக்கதை தனித்திருப்பதற்கு முக்கியக் காரணமாக நான் குறிப்பிட விரும்புவது, அவர் எதையும் வலிந்து சொல்ல முயலவில்லை.

படகோட்டியின் இயல்பு என்னவென்பதை, அவனது முதல் காட்சியில் வரும் உரையாடலிலேயே தெளிவாக விளக்கிவிடுகிறார். "இதுக்குமேல யாரையும் ஏத்த முடியாதும்மா... நீங்கள்லாம் உங்க பக்தியின் சுமையால் ரொம்ப கனமா இருக்கீங்க..." என படகில் ஏறுபவர்களிடம் கேலியாகச் சொல்கிறான். இந்தச் சொற்களில் யார் மீதும் அவனுக்கு வருத்தமோ சலிப்போ இல்லை, மாறாக மனிதர்களை அவர்களது செயல்கள் மற்றும் பேரார்வமிக்க முகங்களின் வழியாக அறிந்துகொள்கிறவனாக இருக்கிறான்.

தனக்குத் தேவையான எல்லாவற்றையும் இந்த நதியும் ஊரும் எல்லா காலத்திற்கும் தருமென்கிற நம்பிக்கை அவனுள் நிரம்பியிருக்கிறது. அதனாலேயே யாரைக் காப்பாற்றினாலும் பெரும் பணத்தைக் கூலியாகக் கேட்பதில்லை. அவர்களாகக் கொடுப்பதை வாங்கிக்கொள்கிறான். தனது உழைப்பிற்கான கூலியைத் தவிர்த்து ஆடம்பரங்களின் மீது நாட்டமற்ற அவனது

கதாபாத்திரம் அந்த நல்லெண்ணத்தினாலேயே மரணத்தைத் தழுவுகிறது, என கதை முடிந்தாலும், இந்தக் கதை நமக்கொரு நீதியைச் சொல்கிறது. எந்த நிலையிலும் தன்னிலை மறவாத மனிதர்கள் மட்டுமே காலங்கடந்து நினைவுகூரப்படுகிறார்கள். நல்லெண்ணத்தோடு வாழ்தலை ஒவ்வாமையாகப் பார்க்கக் கூடிய காலகட்டத்தில் வாழக்கூடிய நமக்கு நீதி சுமையானது. ஆனால் கலைஞன் அந்தச் சுமையைச் சமூகம் மறக்காதபடி மீண்டும் மீண்டும் நினைவுபடுத்துகிறவனாக இருக்க வேண்டும்.

படகோட்டிக்கு இருக்கும் இயற்கையைக் குறித்த ஞானம் முழுக்க முழுக்க தாராசங்கருடையது. ஓர் எழுத்தாளனின் மேதமை வாழ்வைப் பற்றியும் இயற்கையைப் பற்றியும் அவனுக்கிருக்கும் புரிதல்களால் அமைகிறது. நதியில் நீரோட்டம் ஒவ்வொரு காலகட்டத்திலும் எவ்வாறு இருக்குமென்பதைப் படகோட்டி மிக நன்றாக அறிந்திருப்பதோடு, பிற்பகுதியில் வறட்சி நிலவும்போது காற்றின் திசைமாற்றத்தைக் கொண்டு மழை வருவதன் அறிகுறிகளைப் புரிந்துகொள்வதும் ஊரைவிட்டுத் தன் மனைவியுடன் இடம்பெயர்ந்து செல்கையில் மரங்களிலிருந்து சாரை சாரையாக எறும்புகள் ஈரமிக்க திசைநோக்கி நகர்வதையும் கவனித்து இன்று நிச்சயமாக மழை பெய்தே தீரும், நாம் ஊர் திரும்புவோமென தன் மனைவியிடம் உறுதியாகச் சொல்லுமிடத்திலும் இயற்கை குறித்து அவனுக்கிருக்கும் அசாத்தியமான ஞானத்தை நாம் புரிந்துகொள்ள முடிகிறது.

தரிணி ஒருமுறை ஆற்றில் விழுந்த பணக்காரக் குடும்பத்துப் பெண்ணைக் காப்பாற்றிக் கரைசேர்க்கிறான். அவளது கணவரும் மாமனாரும் அங்கு வந்து சேரும்வரை பதற்றம் குறையாமல் அவள் அப்படியே அச்சத்தில் உறைந்து அமர்ந்திருக்கிறாள். அப்போதும்கூட படகோட்டி “ரொம்ப கூச்சப்படாதம்மா, இன்னும் நல்லா மூச்சுவிடு, வெக்கம் உனக்குத் தேவையான அளவுக்கு கஷ்டத்தைக் கொடுத்திருக்கே...” எனச் சிரிக்கிறான். அவளைக் காப்பாற்றுகையில் அவள் யாரென்பதோ, அவளால் என்ன பிரதிபலன் கிடைக்கும் என்றோ அவன் யோசிக்கவில்லை. அவளுடைய மாமனார் அவனிடம் “உனக்குச் சன்மானமா என்ன வேணும்னு கேளு...” எனக் கேட்கும்போது ஒரு பானை கள்ளை வாங்குவதற்கான காசை மட்டுமே சன்மானமாய்க் கேட்கிறான்.

கூட்டத்திலிருந்து ஒருத்தி, “இவ்வளவு முட்டாளாக இருக்காதே... இதைவிடவும் பெறுமதியான எதையாவது கேள்” என்று சொன்னபிறகு, சிறிது யோசித்துத் தனக்கு ஒரு பெரிய மூக்குத்தி வளையம் வேண்டுமெனக் கேட்கிறான். தனது மனைவியிடம் எந்தப் பொன் ஆபரணமும் இல்லையென்பது அவனுக்கு அப்போதுதான் நினைவிற்கு வருகிறது. அவனால் காப்பாற்றப்பட்ட பெண் தனது மூக்கு வளையத்தைக் கழற்றி அவனிடம் கொடுக்கிறாள். அப்படி வாங்கும்போது சூழ்ந்திருப்பவர்கள் அவனது மனைவியின் உருவத்தைக் கேலி செய்வதை அவன் பொருட்படுத்தவில்லை. படகோட்டியின் இந்த அப்பாவித்தனம்தான் தனது பலத்தை அறியாதவனாகவும் காட்டுகிறது.

ஒரு நல்ல சிறுகதை என்பது அது எழுதப்பட்டிருக்கும் அளவைப் பொறுத்தல்லாமல் எடுத்துக்கொண்ட கருத்தினை எவ்வாறு வெளிப்படுத்தியிருக்கிறது என்பதிலேயே அமைந்திருக்கிறது. நேரடியான கதைகள், உருவகக் கதைகளென எதுவாக வேண்டுமானாலும் இருக்கலாம். ஒரு கதை எதைப் பேச முனைகிறது என்பதில் தெளிவு இருக்க வேண்டும். ஒரு செய்தியையோ சம்பவத்தையோ அப்பட்டமாய்க் காட்சிப்படுத்தாமல் அந்தச் செய்தியோடு தொடர்புடைய கதாபாத்திரம் செய்யும் செயல் கதையின் இறுதிப் பகுதியில் எதிர்கொள்ளும் திருப்பம்தான் சிறுகதையை முழுமையாக்குகிறது. வலுவான முரண்களை அமைக்கும் போதுதான் கதையின் இறுதிப் பகுதியில் வரும் திருப்பம் வாசிக்கிறவர்களுக்குப் பெரும் தாக்கத்தைத் தருவதாக இருக்கும்.

“இதுபோல யாரையாச்சும் ஒருநாள் காப்பாத்தப் போயி நீயும் சாகப்போற...” என படகோட்டியின் மனைவி அவனிடம் சொல்லும்போது, “யாராவது சொந்தத் தாயப் பாத்து பயப்படுவாங்களா, மயூராக்ஷி எனக்குத் தாய் இல்லையா?” என நதிக்கும் தனக்குமான பிணைப்பைச் சொல்கிறான். இந்த ஆழமான பிணைப்புதான் இறுதியில் அவன் நதியோடு செல்லும் போது பெரும் முரணாக கதையில் திருப்பமாக அமைகிறது.

பஞ்சகாலத்தில் தங்கள் கிராமங்களைவிட்டு இடம்பெயரும் மக்களின் சித்திரம் சற்றேறக்குறைய எல்லா இந்தியக் கதைகளிலும் நாம் காணக்கூடிய ஓர் அம்சம். வண்ணநிலவனின் ‘எஸ்தர்’ சிறுகதை அதில் உச்சமென்று சொல்லலாம். இந்தச் சிறுகதையிலும்

செருப்புத் தைக்கும் தொழில் செய்யும் ஒரு குடும்பம் அந்த வீட்டிலிருந்த முதியவளைக் கைவிட்டுச் செல்வதைப் படகோட்டி பார்க்கிறான், அதன்பிறகே ஊரைவிட்டு வெளியேற வேண்டுமென்கிற தீர்மானத்தை எடுக்கிறான்.

இறுதிப் பகுதியில், மழையில் கொஞ்சம் கொஞ்சமாக ஊர் மூழ்கிக்கொண்டிருக்க, படகோட்டியின் வீடு முற்றிலுமாகக் கரைந்துபோகிறது. தனது கடந்த காலம் ஆற்றோடு அடித்துச் செல்லப்படுவதைத் துயரோடு பார்ப்பவன் எப்படியும் தனது மனைவியோடு ஆற்றைக் கடந்து சென்றுவிடலாமென நம்புகிறான். நதி அதுவரையில்லாத அளவிற்கு பெருக்கெடுத்து ஓட, படகோட்டி மனைவியைத் தனது முதுகில் சுமந்தபடி நீரில் இறங்குகிறான். அலைகளாய் இருந்த நீரின் எழுச்சி ஒரு கட்டத்திற்குமேல் பெரும் நீர்ச்சுழலாய் மாறுகிறது. அந்தச் சுழல் அவன் அதுவரை எதிர்கொள்ளாத ஒன்று.

படகோட்டி தனது மொத்த வலுவையும் செலுத்தி நீந்தியபோதும் நதி இம்முறை அவனை ஏமாற்றுகிறது. இந்த முறை அதன் பெருக்கில் கருணையில்லை, எல்லாவற்றையும் தனதாக்கி ஸ்வீகரித்துக் கொள்ளும் வேட்கை மட்டுமே. அந்த வேட்கையை எதிர்த்துப் போராட முடியாமல் படகோட்டி கொஞ்சம் கொஞ்சமாய்த் தோற்கிறான். அவனது மனைவி ஒரு கட்டத்திற்குமேல் சுமையாக மாற, முகம் தெரியாத எவ்வளவோ பேரைக் காப்பாற்றிய படகோட்டி அந்தச் சுமையைத் தவிர்த்தால்தான் தன்னால் சுவாசிக்க முடியுமென்கிற நெருக்கடியில் தன் மீதிருக்கும் சுமையை விலக்குகிறான். நதியின் ஆழத்தைத் தொட்டுத் திரும்பி ஒருமுறை ஆழமாய் மூச்சுவிட வேண்டுமென்கிற அவனது மனம் சொன்னதைத் தொடர்ந்து உடல் மெல்ல மீட்சியடைந்து உயிர்பெறுவதோடு கதை முடிகையில் படகோட்டியின் துயரம் பற்றின எந்தக் கூடுதல் தகவல்களும் நமக்குச் சொல்லப்படுவதில்லை. சடாரெனத் துண்டித்துக்கொள்ளும் இந்த முடிவுதான் கதையை வாசித்துக் கொண்டிருக்கும் நமக்கு அந்தக் கதையிலிருந்து மீளமுடியாத பிணைப்பையும் அழுத்தத்தையும் கொடுக்கிறது. மிகச் சிறந்த இந்தச் சிறுகதையை சாகித்திய அகாதெமிக்காக எழுத்தாளர் ப்ரேம் மொழிபெயர்த்துள்ளார்.

9. குர்துலைன் ஹைதரின் ஜியார்ஜியாவின் புனித அன்னை ஃப்ளோராவின் ஒப்புதல் வாக்குமூலம்

'பிரசவ வலியில் துடிக்கும் ஒரு கர்ப்பிணிப் பெண்ணிற்குத் தேவையான உதவிகளைச் செய்து அவள் பாதுகாப்பாகக் குழந்தையைப் பெற்றெடுக்க உதவி செய்யும் ஒரு மருத்துவச்சியைப் போன்றவன் நான். குழந்தையைப் பெற்றெடுப்பது என் பணியல்ல என்பதைப் புரிந்துகொள். அதற்கு உதவி செய்வது மட்டுமே என் பணி. அதேபோல் உனக்குள்ளே இருந்து வெளிவரத் துடித்துக்கொண்டிருக்கும் உன் சிந்தனையை, உன் அறிவார்ந்த கருத்துகளை அதன் வனப்பு குன்றாமல் வெளிக் கொண்டு வந்து அதனை நீ அறிந்துகொள்ளச் செய்வது மட்டுமே என்னுடைய பணி. ஏனெனில் எனக்கென்று எந்தவொரு தனிப்பட்ட கருத்தோ சிந்தனையோ கிடையாது.'

- சாக்ரடிஸ்
- தியடிடஸ்
– பிளேட்டோ.

குர்துலைன் ஹைதர் அலிகாரில் பிறந்தவர். கல்வியாளர்களாகவும் இலக்கியவாதிகளாகவும் அறியப்பட்ட அவரது பெற்றோரால் சிறுவயது முதலே வளமான இலக்கியச் சூழலில் வளர்க்கப்பட்டவர்.

இந்திய - பாகிஸ்தான் பிரிவினையின் போது அவருடைய குடும்பம் பாகிஸ்தானுக்கு இடம் பெயர்ந்தது. மீண்டும் 1961ம் ஆண்டில்தான் அவர் இந்தியாவிற்குத் திரும்பினார். லக்னோவிலும் ஆக்ஸ்போர்டிலும் கல்வி கற்ற குர்துலைன் ஹைதர் பத்திரிகையாளராக நீண்டகாலம் பணியாற்றியவர். அவரது கதைகளைப் புரிந்துகொள்ள அவரது வாழ்வை நாம் கவனமாக உற்றுநோக்க வேண்டியுள்ளது. இடப்பெயர்வு, மதநம்பிக்கைகளின் காரணமாய் எதிர்கொள்ள நேர்ந்த வன்முறைகள், வரலாற்றின் குறுகியவாதம் என அவர் எடுத்தாண்ட கதைக்களங்கள் அவர் வாழ்வோடு நெருங்கிய தொடர்புகொண்டிருந்தன.

இந்தியா பாகிஸ்தான் பிரிவினைக் கலவரத்தின் வன்முறைகளைக் கண்முன் கண்டவர். டேராடூனில் இருந்த அவரது வீடு எரிக்கப்பட்டது. வகுப்புவாத சக்திகளால் ஏராளமான இழப்புகளை அவர் எதிர்கொண்டபோதும் இந்தியத் துணைக்கண்டத்தின் இந்தோ இஸ்லாமிய கலாச்சாரத்தின் மதிப்புகளை நிலைநிறுத்தும் விதமாக அவர் தொடர்ந்து எழுதினார். ஆங்கில இலக்கியத்திலும் மத்திய கால மதங்கள் மற்றும் கலாச்சாரங்களின் மீது அவருக்கிருந்த ஆழ்ந்த ஞானம் அவரது படைப்புகளில் வெளிப்பட்டன. வரலாற்றின் வெளிச்சம் படாத சிறிய பகுதிகளை விவாதிக்கக் கூடியதாக அவரது கதைகளும் நாவல்களும் எழுதப்பட்டிருந்தன. பத்திரிகையாளராக அவருக்கிருந்த அனுபவம் கதைகளில் கச்சிதமான மொழியை அவருக்கு உருவாக்கியிருந்தது.

எல்லோருக்கும் தெரிந்த கதையாடல்களையும் வரலாறுகளையும் அப்படியே திரும்பச் சொல்வதில் ஓர் எழுத்தாளனுக்கு எந்தச் சிறப்பும் இருக்கப்போவதில்லை. பெருங்கதையாடல்களின் வழியாகச் சொல்லப்பட்டு, கேள்விகளின் வழியாய்க் கற்பிதங்களை மறுவிசாரணைக்கு உட்படுத்துவதே கலைஞனின் கடமை. ஒரு சமூகத்தின் மையமாக ஒற்றைச் சிந்தனையாக மாறக்கூடிய யாவும் அதிகாரமாக மாறுகின்றன. இந்த அதிகாரம் உண்மைக்கு முரணாக இருப்பதோடு உதிரிகளின் குரல்களையும் கதைகளையும் முடக்குகிறது. உதிரிகளின் கதைகளை நாம் மீளுருவாக்கம் செய்யும்போதுதான் சமூகத்தில் குறைந்தபட்ச சமத்துவம் உருவாவதற்கான சாத்தியங்கள் அமையும்.

உருது இலக்கியத்தின் முக்கியமான ஆளுமையான குர்துலைன் ஹைதர் அவரது ‘அக்னி நதி’ நாவலுக்காகப் பெரிதும்

கொண்டாடப்பட்டவர். இந்தியாவின் நவீன கதைசொல்லிகளில் முதன்மையான சிலரில் ஒருவராக நிச்சயமாக இவரைக் குறிப்பிட வேண்டும். மேற்கத்திய சிந்தனைகள் மற்றும் கலைகளின்பால் பெரிதும் ஈர்க்கப்பட்டவர் என்பதால் ஒரு பின்நவீனத்துவக் கதைசொல்லியாகவே அவர் நமக்குத் தெரிகிறார்.

அவரது கதைசொல்லும் முறை பின்நவீனத்துவக் கூறுகளோடு இருந்தாலும் கதைகளின் குரல் தன் சொந்த மண்ணின் குரலாக, கிழக்கின் குரலாகவே இருந்தது. இந்த மண்ணின் கலாசாரங்களையும் நம்பிக்கைகளையும் மூடத்தனங்களையும் பேசக்கூடியவையாய் இருந்தன அவரது கதைகள்.

வரலாற்றில், சமூகத்தில், பண்பாட்டு விழுமியங்களில் பெண்களுக்கான இடம் எது என்கிற தேடலை அவரது பெரும்பாலான படைப்புகளில் நாம் காண முடியும். 1991ல் குர்துலைன் ஹைதர் ஞானபீட விருது பெற்றபோது தனது உரையில் "நாகரிக மதிப்புகள் குறித்த எனது அக்கறை அப்பாவித்தனமாகவும் எளிமையானதாகவும் தோன்றலாம். ஒருவேளை, வானம் இடிந்து விழுவதைத் தடுப்பதற்காகத் தன் சிறகுகளை உயர்த்தும் அந்தச் சிறிய பறவையைப் போல நான் இருக்கலாம்" எனக் குறிப்பிட்டதை இங்கு நினைவுபடுத்த விரும்புகிறேன்.

ஜார்ஜியாவின் புனித அன்னை கதையின் தொடக்கத்தில் மத்திய காலத்தில் மரணித்துப்போன ஒரு கன்னியாஸ்திரி, கர்த்தரின் கிருபையால் திடீரென உயிர்கொள்கிறாள். ஒரு வருடம் மட்டும் மீண்டும் உயிர்வாழ அவளுக்கு வரம் கிடைக்கிறது. அந்தக் கன்னியாஸ்திரி தனக்குத் துணையாக இன்னொரு உடல் வேண்டுமெனக் கேட்டு அருகிலிருக்கும் கல்லறையிலிருந்து ஃபாதர் கிரிகரியை எழுப்புகிறாள். வெவ்வேறு காலங்களில் மரணமுற்று அடக்கம் செய்யப்பட்ட அவர்கள் இருவரும் இந்த மறுபிறப்பில் ஒரு வருடகாலம் ஒன்றாகப் பயணிக்க வேண்டும்.

உயிர்த்தெழுந்த கன்னியாஸ்திரி யாரென்பது அவருடைய ஒப்புதல் வாக்குமூலமாகச் சொல்லப்படுகிறது. கான்ஸ்டாண்டிநோபிளில் அரசியல் செல்வாக்குள்ள குடும்பத்தில் பிறந்த அன்னை ஃப்ளோரா, செல்வச் செழிப்போடு வளர்ந்தவள். அவளது முதல் காதலன் தியோடரிக் கலாசியஸைக் காதலித்த காரணத்தால் நாட்டைவிட்டுத் துரத்தப்படுகிறார்.

ஈரானில் உள்ள கட்சிபானுக்கு குடும்பத்தோடு குடிபெயரும் அவருக்கு அங்கு ஒரு பெர்ஷியனின் மீது இரண்டாவது முறையாகக் காதல் வருகிறது. பெர்ஷியர்கள் குறித்த மேற்கின் நம்பிக்கைகளுக்கு மாற்றாக இந்தக் காதலன் பண்பானவனாகவும் நாகரிகம் தெரிந்தவனாகவும் இருக்கிறான். ஆனால் ஃப்ளோரா அன்னையின் தந்தை இதை அனுமதிப்பதாக இல்லை. அவளை மீண்டும் நாடுகடத்தி டமாஸ்கஸ் வழியாக ஜார்ஜியாவில் உள்ள பழைய மடாலயத்தில் சேர்க்கிறார். கன்னியாஸ்திரியாக வாழ நிர்ப்பந்திக்கப்படும் ஃப்ளோரா எந்தவித மறுப்புகளும் இன்றி அதனை ஏற்றுக்கொள்கிறார்.

நீண்டகாலத்திற்குப்பின் தனது குடும்பத்தினர் யுத்தத்தில் கொல்லப்பட்டனர் என்று தெரியவந்த பின் தன்னைத்தானே வதைத்துக்கொள்ளத் தொடங்குகிறார். மடாலயத்திற்கு வரும் மற்றவர்கள் அந்த வாதையை ஓர் ஆன்மிக வெளிப்பாடாக எடுத்துக்கொள்கிறார்கள். பிணியுற்றவர்களை அவள் குணமாக்குகிறாள். உண்மையில் அவளது சொற்களல்ல வாதையே மருந்தாகிறது. கடும் நோயுற்ற ஒருவனைச் சொஸ்தப்படுத்தும் ஃப்ளோரோ அன்னை சில நாட்களில் தானும் நோயுற்று மரணிக்கிறாள்.

சராசரி மனிதர்களை விடுவிப்பதுபோல் கன்னியாஸ்திரிகளை விடுவிப்பதில்லை மரணம். அவர் புனித அன்னையாகும் ஆகும் தகுதி பெற்றவரா இல்லையா என்கிற நீண்டகால விவாதம் தொடர்கிறது. 1921ம் ஆண்டு நீண்ட விசாரணைக்குப் பிறகு ரஷ்யாவின் தலைமை குரு அவருக்குப் புனித அன்னை அந்தஸ்து வழங்கலாம் என தீர்மானிக்கிறார். துரதிர்ஷ்டவசமாக அதற்கு ஒரு வாரத்திற்கு முன்பாக அங்கு கம்யூனிஸ்டுகள் ஆட்சிக்கு வந்துவிடுவதால் அந்த அறிவிப்பு நடைமுறைபடுத்தப்படாமலேயே போகிறது.

இயேசு கிறிஸ்துவைத் தவிர அவருடைய சீடர்கள் எவரும் உயிர்த்தெழுந்த வரலாறில்லை. ஆனால் ஃப்ளோரா உயிர்த்தெழுகிறார் என்பது நமக்கு ஒரு புதிய கதையாடலுக்கான வெளியை நமக்கு உருவாக்கித் தருகிறது. பாவமன்னிப்பு கேட்பதன் மூலமாக ஒருவர் தன்னைப் புனிதப்படுத்திக் கொள்ள முடியுமென்பது கிறிஸ்தவ மதத்தின் நம்பிக்கை. இங்கு ஃப்ளோராவின் ஒப்புதல் வாக்குமூலத்தில் அவர் தனது

ஆசைகள், ஏராளமான காதல் தோல்விகள், ஒரு நிலத்திலிருந்து இன்னொரு நிலத்திற்குக் கட்டாயத்தின் காரணமாய் நிகழ்ந்த இடப்பெயர்வுகளை விவரிக்கிறார்.

சராசரி மனிதர்களுக்கு இருந்த எல்லா இச்சைகளும் விருப்பங்களு மிருந்தாலும் பெண் என்ற காரணத்தால் தனக்கு விருப்பமான முடிவுகளோடு வாழ முடியாமல் அலைக்கழிக்கப்படுகிறார். எல்லா ஆசைகளும் நிரம்பிய சிந்திக்கக்கூடிய பெண்ணாக வாழ்ந்து அவர் புனிதத்தன்மையை அடைகிறார் என்பது கிறிஸ்தவத்தின் பாவமன்னிப்பிற்கு முரணான ஓர் அழகியலைக் கொண்டிருக்கிறது.

இருபதாம் நூற்றாண்டில் போரை எதிர்கொண்ட நிலங்களில் வாக்குமூலங்கள் ஒரு முக்கிய இலக்கிய வகைமையாக மாறியதை நாம் கவனத்தில் எடுக்க வேண்டும். நேரடித் தன்மையும், அப்பழுக்கற்ற உண்மையும் நிரம்பிய இந்தக் கதைகள் புனைவுகளைவிடவும் தீவிரமானவை. இரண்டாம் உலக யுத்தத்திற்குப்பின் ஏராளமான நூல்கள் இந்த வகைமையில் வெளியாகிக் கவனம் பெற்றன. கியூபாவிலும் தென் அமெரிக்காவிலும் கொடுங்கோல் ஆட்சியாளர்களால் பாதிக்கப்பட்ட உழைக்கும் மக்களின் வாக்குமூலங்களை இந்த வகைமையில் உச்சபட்சமான சாதனையாகக் கருத முடியும். குர்துலைன், அன்னை ஃப்ளோராவின் ஒப்புதல் வாக்குமூலமாக இந்தக் கதையை எழுதிய விதம் அபாரமான ஒரு கதைமொழியை உருவாக்கியிருக்கிறது.

அந்தப் பெண்ணின் வாக்குமூலத்தின் ஊடாக அவளது வாழ்வு மட்டுமல்ல, அதற்குப் பின்னால் இருக்கும் வரலாற்றுச் செய்திகளும் நமக்குக் கிடைக்கின்றன. கிழக்கும் மேற்கும் சந்திக்கும் புள்ளியான சிரியா, கான்ஸ்டாண்டினோபில் போன்ற இடங்களில் நடந்த நீண்டகால யுத்தங்களுக்குப் பின்னால் கிறிஸ்தவமும் இஸ்லாமும் தங்களை நிறுவனங்களாக வளர்த்துக்கொள்ளக் காட்டிய ஆர்வமே முக்கியக் காரணியாய் இருந்ததையே கிளைக் கதையாக நாம் புரிந்துகொள்ள முடிகிறது.

ஆண்களின் கதைகளாகவே சொல்லப்பட்ட வரலாற்றைப் பெண்ணின் குரலுக்கு மாற்றும்போது, விளிம்பின் கதை மையத்தை நோக்கி நகர்த்தப்படுகிறது. உருது மொழியின் கார்சியா மார்க்வெஸ் என அவர் புகழப்படுவதற்கு எல்லா நியாயங்களையும்

செய்யக்கூடியவையாகவே அவரது படைப்புகள் இருக்கின்றன. அவரது இன்னொரு சிறுகதையில் இந்திய விடுதலைக்கு முன் ஒரு கிராமத்திலுள்ள உயர்வகுப்புக் குடும்பத்தைச் சேர்ந்த பெண்களின் மூடநம்பிக்கைகள் குறித்து பகடியாக எழுதியிருப்பார். குர்துலைன் ஹைதரின் கதைகள் நேரடியான மொழியில் எழுதப்பட்டிருந்தாலும் மறைமுகமாக நமக்கு ஏராளமான செய்திகளைத் தருகின்றன. பல சமயங்களில் வரலாற்றின் மீது தனக்கிருந்த கேள்விகளை வெளிப்படுத்த அவற்றைக் கதைகளாக எழுதிப் பார்த்திருக்கிறாரோ என்று நாம் எண்ணக்கூடும்.

ஒரு பிரதிக்குள் பல்வேறு விதமான வாசிப்பு சாத்தியங்களை உருவாக்கும் இந்தக் கதை அதன் பலகுரல் தன்மைக்காகவே பின்நவீனத்துவ அடையாளங்களைத் தாங்கி நிற்கிறது. ஒருபுறம் மத்திய காலத்தின் மூடுண்ட சட்டதிட்டங்களுக்கு நடுவே வாழ்ந்த ஒரு பெண்ணின் வாழ்வை அணுக முயலும் பெண்ணியப் பிரதியாகவும் அதே வேளை வரலாற்றின் பிசிறுகளை நமக்கு வெளிச்சமிட்டுக் காட்டும் கதையாகவும் இருக்கிறது. ஒற்றைத்தன்மைக்கு எதிரான மனநிலை கொண்ட ஒரு புனைவிலிருந்து நமக்குக் கிடைக்கும் புரிதல்களும் வெளிச்சங்களும் ஏராளமானவை. நாம் உதிரிகளின் குரல்களுக்குச் செவி கொடுக்கையில் வரலாற்றைப் புதிய கோணத்தில் வாசிக்க முடிகிறது.

தங்களது மறுபிறவி காலம் முடிந்து அவர்கள் விடைபெறும் நாளுக்குமுன் ஃபேஷன் ஷோவுக்குச் செல்கிறார்கள். கிரிகரி அங்கிருந்து ஒரு கவுனைத் திருடுகிறார், மேலும் சில நூலகங்களிலிருந்து நூல்களையும் திருடுகிறார். ஒரு மதுபான விடுதியில் திருட்டுக் குற்றத்திற்காக காவல்துறை அவரைக் கைது செய்கிறது. புனிதர்களின் மறுபிறப்பு முற்றிலும் புதிய கோணத்தில் இங்கு விரியத் தொடங்குகிறது.

கதையின் இறுதிப் பகுதியில் பாதரி கிரிகரி இப்படிச் சொல்கிறார்.

'ஃப்ளோரா இந்த பூமியில் ஒரு மனிதன் அறுபது அல்லது எழுபது வருடங்கள் வாழலாம். கொஞ்சம் கூடலாம் அல்லது குறையலாம். இந்தக் குறுகிய ஆயுளில் பாதி நேரத்தைப் பல விஷயங்களைப் படித்து அனுபவித்துத் தெரிந்துகொள்கிறான். எவ்வளவு அறிவு, அனுபவம், சுய கவனம் உள்ளவனாயினும் ஒருநாள் திடுதிப்பென்று

அவன் மரணித்துவிடுகிறான். அப்படியிருக்கும் போது சில நாட்களென்ன? வருடங்களென்ன?" என ஒரு புதிய மொழியைக் கற்றுக்கொள்வது குறித்துக் குறிப்பிடுகிறார். ஃப்ளோரா அன்னைக்கு நேரெதிரானவராக இருக்கும் கிரிகரி இந்த ஒருவருட காலம் முழுக்க ஏராளமான புத்தகங்களை வாசிக்கிறார். இருவருக்குமே உலகம் குறித்து வெவ்வேறு புரிதல்கள் விரிகின்றன.

இந்தக் கதை நான் எழுதிய இரண்டு கதைகளை எனக்கு நினைவுபடுத்தியது. குர்துலைன் ஹைதரை வாசிப்பதற்கு முன்பாகவே நான் எழுதிய கதைகள் அவை. ஒன்று 'இருள், மூத்திரம் மற்றும் கடவுளின் கௌபீணத்துணி' மற்றொன்று, 'நள்ளிரவில் கடவுள் பஞ்சம் பிழைக்கச் செல்கிறார்'. இருள் மூத்திரம் கதையில் கடவுள் ஒரு தாசியைத் தேடி வருகிறார். அவரால் அவளோடு இயங்கமுடியவில்லை. அவருக்கு எழுச்சி ஏற்படாமல் தோல்வியோடு திரும்ப சாத்தான் முழுமையான காதலனாக தாசியை அடைகிறான் என முடியும் அந்தக் கதை.

நள்ளிரவில் கடவுள் பஞ்சம் பிழைக்கச் செல்கிறார் கதையில் தன் கோவிலிலிருந்து வெளியேறி வரும் கடவுளை மனிதர்கள் கடவுளாக ஏற்க மறுக்கிறார்கள். பெருநகர் முழுக்க அலைந்து இறுதியில் பசி பொறுக்காமல் மின்சார ரயிலில் பிக்பாக்கெட் அடிக்கிறார் என்பதாக முடியும். இந்த இரண்டு கதைகளும் அதிகாரத்தின் பகட்டை வெளிப்படுத்தும் பெருங்கதையாடல்களுக்கு எதிரான பகடியை முன்வைக்கிறது. மையத்தை விளிம்பை நோக்கி நகர்த்துவதன் மூலம் அதன் மேட்டிமைத் தனத்தைத் தகர்க்கிறது. இத்தகைய வாசிப்பு சாத்தியம் இந்தக் கதைகளுக்கு உண்டென்பதை நான் குர்துலைன் ஹைதரின் கதை வழியாகவே கண்டடைந்தேன். ஒரு படைப்பு படைப்பாளனை விடவும் மேன்மையானதாகிவிடும் தருணங்கள் அவை.

10. மஹாஸ்வேதா தேவியின் 'திரௌபதி'

'சாமானிய மனிதர்களால்தான் உண்மையான வரலாறு உருவாகிறது என்ற நம்பிக்கை எனக்கு எப்போதும் உண்டு. பலவிதங்களில் சுரண்டப்பட்ட பிறகும் தோல்வியை ஏற்காத அந்த மனிதர்கள்தான் என் எழுத்தின் காரணகர்த்தாக்களாகவும் ஊக்கத்தின் ஊற்றாகவும் இருக்கிறார்கள்.'

- மஹாஸ்வேதா தேவி

நாடு சுதந்திரம் அடைந்த பின்பும் இந்திய கிராமங்கள் பண்ணையார்களிடமும் நிலக்கிழார்களிடமும் கட்டுப்பட்டிருந்தன. மேற்கு வங்கம், ஒடிசா, ஜார்கண்ட், பீஹார் உள்ளிட்ட மாநிலங்களில் நிலமற்ற உழைக்கும் மக்கள் எதிர்கொண்ட இன்னல்களுக்கும் சுரண்டல்களுக்கும் எதிராகப் பெரும் எழுச்சியோடு 1967ம் வருடம் நக்சல்பாரி இயக்கம் தொடங்கப்பட்டது. பழங்குடி மக்கள் அதிகம் வாழ்ந்த வனப்பகுதிகளில் இந்த இயக்கத்தின் செயல்பாடுகள் வேகமாக வளர்ந்தன. நக்சலைட் இயக்கத்தின் எழுச்சியானது பழங்குடிகள் மற்றும் ஒடுக்கப்பட்ட மக்களின் குரலாக ஒலித்ததோடு அவர்களுக்கான விடுதலைக்கும் வழிவகுத்தது. இந்த எழுச்சியைத் தீவிரமாக ஒடுக்க முனைந்த அதிகார வர்க்கம் துணை ராணுவத்தினரையும் சிறப்புக் காவல் படையினரையும் வனங்களுக்குள் அனுப்பினார்கள். போராட்டக்

குழுக்கள் சிதறடிக்கப்பட்டன, வேட்டையாடப்பட்டன, பலர் காணாமலாக்கப்பட்டனர். ஆனால் மேற்கு வங்கத்தில் தொடங்கப்பட்ட இந்த இயக்கம் நாடு முழுக்கப் பரவியது.

நக்சலைட் இயக்கம் எந்த அடிப்படை உரிமைகளும் இல்லாமல் நலிந்து கிடந்த பழங்குடி மக்களுக்கு முக்கியமாக இருந்தது. வனங்களோடு பல்லாயிர வருட பிணைப்பு கொண்ட அம்மக்கள் தங்கள் நிலங்களிலிருந்து துரத்தப்பட்டதோடு அவர்களது நிலங்களும் தெய்வங்களும் பறிக்கப்பட்டன. தங்களுடைய பண்பாட்டு அடையாளங்களைக் காத்துக்கொள்ளும் பொருட்டு ஆயுதமேந்திய பழங்குடிகளின் போராட்டம் இந்திய வரலாற்றில் மிக முக்கியமான அரசியல் நிகழ்வு.

நக்சல் இயக்கத்தினர் குறித்து இந்திய ஊடகங்கள் பொத்தாம் பொதுவாக பயங்கரவாதிகள் என்கிற பிரசாரத்தை நீண்டகாலமாகச் செய்துவருகிறது. அரசியல் உரிமைகளுக்காகவும் அடிப்படை உரிமைகளுக்காகவும் போராடுவதை எந்த அரசாங்கமும் அனுமதிப்பதில்லை. மார்க்சிய அறிஞர் பாலகோபாலின் ஒரு கட்டுரையில் வாசித்த முக்கியமான சில வரிகளை இங்கு கோடிட்டுக் காட்ட விரும்புகிறேன்.

'அதிகாரத்திற்குச் சில சின்னங்கள் உள்ளன. அந்தச் சின்னங்கள்தான் அதிகாரத்தைக் குறிக்கின்றன. சின்னமே அதிகாரம் என்கிற அளவிற்கு அவை நம்பகத்தன்மையைப் பெறுகின்றன. எந்தவொரு அதிகாரமும் ஒரு வரலாற்றுப் போக்கில் உருவாகிறது, எனவே அந்த வரலாற்றுப் போக்கில் தோன்றும் உயரிய விழுமியங்கள் மற்றும் பண்புகள் அந்த அதிகாரப் பண்பாட்டில் இடம்பெறுகின்றன. அவற்றோடு அதிகாரம் என்பதற்கு எங்கும் நிறைந்திருக்கும் ஒடுக்குமுறைப் பண்பும், ஒவ்வொரு அதிகாரத்திற்கும் பிரத்தியேகமாய் இருக்கும் இழிவான அம்சங்களும் அந்தப் பண்பாட்டில் இருக்கும். ஆனால் பொதுவாக பண்பாட்டின் உயர்ந்த விழுமியங்கள் அல்ல, இழிவான விழுமியங்கள்தான் அதன் சின்னங்களாக அமையும். ஏனெனில் மேலாதிக்கம் அடிப்படையில் ஜனநாயகமற்றதாக இருப்பதே இதற்குக் காரணமாக இருக்கலாம்.

அரச அதிகாரத்தில் மக்கள் நலனுடன் தொடர்புடைய எத்தனை விழுமியங்கள் இருந்தபோதிலும், பலப் பிரயோகமே அதற்குச்

சின்னமாக ஆகிறது. ராணுவ சீருடையே அதன் சின்னமாகிறது. ஆணாதிக்கத்தின் விழுமியமான 'ஆண்மை' என்பது துணிச்சலைக் காட்டிலும் முரட்டுத்தனமும் ஊர்மேயுதலே அதன் பண்புகளாக அதிகமாக வரையறுக்கப்படுகிறது. பிராமணீயம், முதன்மை ஆண்மைப் பண்பு (பிரதம புருஷார்த்தம்) பற்றி என்ன சொன்னாலும் பிறரை இழிவாகப் பார்க்கும் அகங்காரமும், வறட்டுப் புலமையும் அதன் முக்கியப் பண்புகளாகும். நிலப்பிரபுத்துவ அதிகாரம் எவ்வளவு கலைகளைப் பராமரித்தாலும், என் சொல்லுக்கு மறுப்பில்லை எனும் சர்வாதிகார மனோபாவம்தான் அதற்கு அடையாளம்.'

நக்சல் வேட்டை என்ற பெயரில் நடத்தப்பட்ட வன்முறைகளுக்குப் பின்னால் இந்த அரசுக்குக் கேள்வி கேட்கத் துணிச்சலற்ற அடுத்த தலைமுறையை உருவாக்கவேண்டுமென்கிற நோக்கமிருந்தது. அப்படி அதிகாரத்தினால் மூளைச் சலவை செய்யப்பட்ட மக்களை அரசியல் படுத்துவதே நக்சல் இயக்கத்தின் முதன்மையான நோக்கம். ஒருவர் தனது அடிப்படை உரிமைகளைத் தெரிந்து கொண்டு அதற்காகப் போராட வேண்டியதன் அவசியத்தை நக்சல் இயக்கம் கற்றுக்கொடுத்தது. ராணுவம் எப்படி அதிகாரத்தின் சின்னமாகப் பார்க்கப்பட்டதோ அதேபோல் கைகளை உயர்த்தி எதிர்ப்புக் குரல் கொடுக்கும் உழைக்கும் வர்க்கத்தினர் விடுதலையின் சின்னமாகப் பார்க்கப்பட்டார்கள். நக்சல் இயக்கத்தின் எழுச்சி மிக்க காலத்தில் கலைஞர்களும் பத்திரிகையாளர்களுமே பெரும் தூண்களாக அந்த இயக்கத்தினரோடும் பாதிக்கப்பட்ட மக்களோடும் நின்றனர். மஹாஸ்வேதா தேவி அவர்களில் ஒருவர்.

தான் நம்புகிற கருத்திற்காகவும் தத்துவத்திற்காகவும் ஒரு கலைஞன் எல்லாக் காலங்களிலும் உறுதியோடு நிற்கவேண்டும். பிரபலத் தன்மையும் புகழும் பெரும்பாலான கலைஞர்களின் செயல்பாடுகளை மாற்றிவிடுகின்ற சூழலில் தனது இறுதிக் காலம் வரையிலும் தான் நம்பியவற்றை உறுதியாக எழுதியதோடு பழங்குடி மக்களுக்காகப் போராடியவர் எழுத்தாளர் மஹாஸ்வேதா தேவி.

பிரசாரத் தன்மை கொண்ட கதைகள், யதார்த்த வகை எழுத்தில் அவருக்கு முக்கியமானதொரு இடமுண்டு என அவரை இலக்கிய விமர்சகர்கள் குறுகிய வட்டத்தில் சுருக்குவதுண்டு. ஆனால் அவர் உருவாக்கிய அழகியல் என்பது இந்தியப் புனைவிலக்கியத்தில் அபூர்வமானது. வன்முறைக்குப் புதியதொரு நிறத்தையும்

புரிதலையும் முன்வைத்ததோடு பெண்ணுடல் குறித்து வெகு காலம் வரையிலும் இருந்த சித்திரங்களுக்கு நேரெதிரானதொன்றை அவரது கதைகள் வெளிப்படுத்தின. நல்ல இலக்கியத்தில் பிரசாரம் இருக்கக்கூடாதென எந்தச் சட்டமும் இல்லை.

'திரௌபதி' என்ற இந்தச் சிறுகதை மஹாஸ்வேதா தேவியின் பெரும்பாலான கதைகளைப் போலவே பழங்குடியினப் பெண்ணைப் பற்றியதுதான். தோப்தி என்ற சந்தால் இனப் பழங்குடி பெண்ணும் அவளது கணவனும் ஒரு பண்ணையாரிடம் கொத்தடிமையாக இருக்கிறார்கள். அவர்களது நிலம் பிடுங்கப்பட்டு கிராமத்திலிருந்து துரத்தப்பட்டவர்கள். தோப்தியும் அவளது கணவரும் தங்களது பண்ணையாரைக் கொலை செய்துவிட்டுத் தப்பித்து நக்சல்களோடு இணைந்துகொள்கிறார்கள். அவர்களைப் போலவே ஆயிரக்கணக்கான பழங்குடிகள் நிலமிழந்து உரிமையிழந்து வெவ்வேறு இடங்களில் கொத்தடிமைகளாக வாழ்ந்தார்கள். அந்த மக்களைத் திரட்டி பண்ணையார்களைக் கொலை செய்யும் நக்சல் இயக்கம் விடுதலையடைந்த பழங்குடி மக்களோடு இணைந்து வெவ்வேறு இடங்களுக்குப் போராடச் செல்கிறார்கள்.

ராணுவத்தின் தேடுதல் வேட்டையில் நீண்டகாலமாக தோப்தியும் அவளது கணவனும் தப்பித்து வருகிறார்கள். ஒருமுறை துப்பாக்கிச் சூட்டில் ஏராளமானோர் கொல்லப்படும்போது பிணங்களுக்கு நடுவில் இறந்தவர்களைப் போல் கிடந்து இவர்கள் இருவர் மட்டும் தப்பித்துவிடுகிறார்கள். எழுத்தறிவற்ற இந்தப் பழங்குடிகளுக்கு எவ்வளவு துணிச்சல் என்று அதிகாரிகள் எரிச்சலடைகிறார்கள். கையில் சிக்கும் பழங்குடிகளையும் நக்சல்களையும் துன்புறுத்தி இவர்களது இருப்பிடத்தைத் தெரிந்துகொள்ளத் துடிக்கிறார்கள். தோப்தியின் கணவன் பிடிபட்டுக் கொல்லப்படுகிறான். இறுதியாக தோப்தியையும் ராணுவம் சுற்றி வளைக்கிறது. விசாரணைக்காகப் பிடித்து வரப்படும் அவளுக்கு என்ன நேர்கிறது என்பதுதான் கதையின் இறுதிப் பகுதி.

இந்தக் கதை நமக்கு வெவ்வேறு விதமான வாசிப்பு சாத்தியங்களைத் தருகின்றன. முதலாவதாக இந்தக் கதை நேரடியான ஓர் அரசியல் பிரகடனம். எதிர்ப்பின் அழகியலுக்கு முக்கியமானதொரு உதாரணமாக இதனை நாம் குறிப்பிட முடியும். அரச அதிகாரத்திற்கு எதிரான ஒடுக்கப்பட்டவளின்

குரலாகவும் ஆணுடலின் அதிகாரத்திற்கு எதிரான பெண்ணுடலின் எதிர்ப்பாகவும் அணுகலாம். அடுத்ததாக காலம் காலமாக நம்பப்படும் ஒரு தொன்மத்திற்கு புதிய அர்த்தங்களைக் கொடுப்பதன் மூலம் ஆதிக்கச் சமூகத்திற்கு இருக்கும் பண்பாட்டு புரிதலிலிருந்து ஒடுக்கப்பட்டவனின் பண்பாட்டுப் புரிதல் எவ்வாறு வேறுபடுகிறது என்கிற படிப்பினை கிடைக்கிறது. மஹாபாரதத்தில் வரும் திரௌபதி அவமானப்படுத்தப்படும்போது அவளைக் காக்க கிருஷ்ணன் வருகிறார். ஆணின் வீரம் மட்டுமே விதந்தோதப்படும் புராணத்தினைப் போல் இல்லாமல் இங்கு திரௌபதி தன்னுடலை எவரும் அவமானப்படுத்த இயலாது என எதிர்த்து நிற்கையில் அவளது விடுதலைக்கு அவளே பொறுப்பாகிறாள். பெண்ணுடல் குறித்த புனிதங்களை மட்டுமே கேட்டுப் பழகியவர்களால் தோப்தியின் தீரமிக்க குரலைச் சகித்துக்கொள்ள முடியாது.

இந்தக் கதையின் ஓரிடத்தில்,

‘வெளி உலகத்துப் புத்தகப் படிப்பு, உலக ஆர்வம் மட்டுமே உள்ளவர்களைச் சுட்டுத் தீர்த்துவிட முடியும். ஆனால் கையையே பேனாவாகப் பயன்படுத்துவோரை அவ்வளவு சுலபமாகத் தீர்த்துக்கட்டிவிட முடியாது. ஆகவே, ஆப்பரேஷன் ஃபாரஸ்ட் முடிவில்லாத ஒன்று.’

ஓர் அதிகாரி சொல்வதுபோல் வரும் இந்த வரிகள் காட்டைத் துப்பாக்கிகளின் துணையோடு அணுகிய ராணுவத்தினருக்கு இருந்த அறிவையும் துணிச்சலையும்விட காட்டையே தங்களுக்குத் துணையாக வைத்துக்கொண்டு போராடியவர்களின் வீரத்தை நமக்கு உரைக்கிறது.

‘மரபார்ந்த அறிவு’ என்று ஒரு சொல் உண்டு. பழங்குடிகளுக்கு இயற்கையைக் குறித்தும் வனங்களைக் குறித்தும் உள்ள ஞானத்தை வேறு எவரும் எளிதில் கற்றுவிட முடியாது. இந்தக் கதையில் தோப்தி காட்டை அறிந்து வைத்திருப்பதை விவரிக்கும்போது நமக்கு வியப்பு மேலிடுகிறது. முக்கியமாக நக்சல் இயக்கத்தினருக்குள் இருந்த தகவல் பரிமாற்றம் புரிதல் இவையெல்லாமே சிறப்பாகச் சொல்லப்பட்டிருக்கிறது.

‘இடுப்பில் சுற்றிய துணியில் சிறிதளவு சோற்றைக் கட்டிக்கொண்டு மெல்ல நடந்துகொண்டிருக்கிறாள் தோப்தி, முஸாயி டுடுவின் மனைவி கொஞ்சம் சோறு சமைத்துக் கொடுத்திருந்தாள். நடுநடுவே

அவள் இப்படிக் கொடுப்பது வழக்கம். வடித்த சோறு ஆறியவுடன் அதை அப்படியே இடுப்புத் துணியில் முடிந்துகொண்டு நடப்பாள் தோப்தி. நடந்துகொண்டே விரல்களால் தலைமுடியைக் கோதி பேன் எடுத்து நசுக்கிக்கொண்டிருப்பாள். கொஞ்சம் கெரோசின் மட்டும் கிடைத்தால் தலையில் தேய்த்து இப்பேன்களை அகற்றிவிட முடியும். பிறகு தலையில் சோடா உப்பைத் தேய்த்து அலம்பிவிட முடியும். ஆனால் இந்தத் தேவிடியா மகனுக தண்ணி இருக்கிற இடத்துக்குப் போற வழியெல்லாம் பொறி வச்சிருக்கானுக. தண்ணீரில் கெரோசின் வாடையடித்தால் அதை வைத்து மோப்பம் பிடித்துத் தேடிக் கண்டுபிடித்து விடுவானுக!"

"கெனால் டாக்ஸ் கட்டிட்டு தண்ணி எடுத்துக்கிட்டுப் போ?"

"டாக்ஸ் கட்டி தண்ணி எடுத்து என்ன பிரயோசனம்."

இதில்தான் ஆரம்பித்தது சண்டை. வறட்சிக் காலத்தில் மனிதனின் பொறுமை சுலபமாகத் தீப்பற்றிக்கொள்கிறது. கிராமத்துப் பையன்கள் சதீஷ், ஜுகல், அந்தப் பட்டணத்துப் பையன், அவன் பேரென்ன, ராணாவோ என்னவோ, அவன் எல்லாரும் சேர்ந்தார்கள். "பண்ணைக்காரங்க, மஹாஜன்களை எல்லாம் ஒதைக்கணும். ஒண்ணும் குடுக்க மாட்டான். அவங்கள ஒழிச்சுக் கட்டணும். அது ஒண்ணுதான் வழி."

இந்த இரண்டு பத்திகளில் நமக்கு ஏராளமான செய்திகள் சொல்லப்படுகின்றன. அடிப்படைத் தேவையான தண்ணீரும் இல்லாமல் போகும்போதுதான் எதிர்ப்பைத் தவிர வேறு வழியே இல்லையெனப் பழங்குடிகள் ஒன்றுதிரள்கிறார்கள். கிணறுகளிலும் குட்டைகளிலும் தண்ணீர் எடுப்பதற்குக்கூட மக்கள் வரி கட்ட வேண்டுமென்பது எவ்வளவு பெரிய துயரம். சமீபத்தில் வெளியான நரிவேட்டை என்னும் மலையாளத் திரைப்படத்தில் பழங்குடிகள் நீரெடுக்கும் குட்டையில் போலிஸ்காரர்கள் நஞ்சு கலக்கும் காட்சியைப் பார்த்து மனம் பதைத்தது. ஒவ்வொரு மாநிலக் காவல்துறையும் பழங்குடிகளைத் துன்புறுத்த புதிய புதிய வழிமுறைகளைக் கண்டுபிடித்துப் பிற மாநிலக் காவல்துறைக்குப் பரிசளிப்பார்கள் போல.

இந்தக் கதையின் இறுதிப் பகுதி மிகவும் முக்கியத்துவம் வாய்ந்தது. ஏராளமான மொழிகளிகளில் மொழிபெயர்க்கப்படவும் பல நூறுமுறைகள் நாடகமாக நிகழ்த்திப் பார்க்கவும் காரணமாக

அமைந்தது இந்தப் பகுதிதான். ஓர் இலக்கியப் படைப்பு அடிப்படையாக வாசிக்கிறவனைச் சிந்திக்கச் செய்யவும் கேள்வி கேட்கவும் தூண்ட வேண்டும். ஒரு வாசகனின் ரசனை படைப்பை வாசித்து நிறைவுகொள்வதிலோ திருப்திகொள்வதிலோ முடிந்துவிட்டால் அவன் அந்தப் படைப்பிலிருந்து கற்றுக்கொள்ள எதுவுமில்லை. இவ்வளவு சிக்கலான அரசியல் மற்றும் பண்பாட்டுச் சூழல் கொண்ட ஒரு நிலத்தில் எழுதுவதும் வாசிப்பதும் அரசியல் செயல்பாடு. ஒரு கதை மீண்டும் மீண்டும் வாசிக்கப்படுகிறது நாடகமாக நிகழ்த்தப்படுகிறதென்றால் அதற்கான தேவை இன்னும் இருக்கிறது, அரசியல் சூழல் இன்னும் சீராகவில்லை, தங்களது உரிமைகளை இழந்த பழங்குடி மக்களின் வாழ்க்கை மேம்படவில்லை என்றுதானே அர்த்தம்.

அதிகாரத்தின் முன்னே கைகட்டிச் செல்வதையும் அவர்களிடம் அடிபட்டு மடிந்துபோவதையும் மட்டுமே எழுதிக்கொண்டிருந்த கதைகளுக்கு நடுவில் மஹாஸ்வேதா தேவியின் தோப்தி தனித்துத் தெரிகிறாள். மண்ட்டோவின் முஜைல் கதையின் இறுதிப் பகுதியில் தனது பெண்ணுறுப்பின் மீது வீசப்படும் துணியைத் தூக்கியெறியும் அவள் “இதை எடுத்துப் போ உனது மத அடையாளமான இந்தத் துணியால் எனது நிர்வாணத்தை மறைத்து எதுவும் ஆகப்போவதில்லை” எனச் சொல்வது எப்படி அரசியல் முக்கியத்துவம் வாய்ந்ததோ அதைவிடவும் முக்கியமானது தோப்தியின் குரல்.

‘இரண்டு கைகளையும் உயர்த்தி, வானத்தை நோக்கி முகத்தை உயர்த்தி, காட்டின் பக்கம் திருப்பிக் கொள்கிறாள். பிறகு, உடல், உயிர், ஆவி மூன்றையும் ஒருங்கே இணைத்து தனது சக்தியை எல்லாம் ஒன்றுதிரட்டி “ஓ-” வென்று ஓலமிடுகிறாள். ஒருமுறை, இரண்டு முறை, மூன்றாம் ஓலம் வெடித்தெழுந்தபோது ஜாட்கானி காட்டின் விளிம்புகளிலிருந்த மரங்களில் வசிக்கும் பறவைகள் உறக்கம் கலைந்து சிறகடித்துக்கொண்டு பறக்கின்றன. ஓலத்தின் எதிரொலி வெகுதூரம் செல்கிறது.

திரௌபதியின் கரிய உடல் மேலும் அருகில் வருகிறது. அதிகாரிக்குப் புரியாத அவேசத்துடன் சிரித்துக் குலுங்குகிறாள். சிரிக்கச் சிரிக்க, குதறப்பட்ட உதடுகளிலிருந்து ரத்தம் பெருக்கெடுக்கிறது. அந்த ரத்தத்தைப் புறங்கையால் துடைத்துக்கொண்டு வானத்தைக் கிழிக்கும் பயங்கரக் குரலில் கேட்கிறாள்: “துணி என்ன துணி...

யாருக்கு வேணும் துணி? என்னை நிர்வாணமாக்க உன்னால முடியும். ஆனா என்னைத் திரும்ப உடுத்த வைக்க முடியுமா உன்னால? சீ... நீ ஒரு ஆம்பிளயா...?"

நாலாபக்கமும் பார்த்துவிட்டு ராணுவ அதிகாரியின் தூய வெள்ளை புஷ் ஷர்ட்டின் மேல் ரத்தம் கலந்த எச்சிலை "தூ..." என்று துப்புகிறாள்.

"நான் பார்த்து வெட்கப்பட வேண்டிய ஆம்பிள இங்க யாருமில்ல. என்மேல் துணியைப்போட எவனையும் விட மாட்டேன். அப்போ என்ன செய்வே? வா... என்னை கௌன்ட்டர் பண்ணு... வா... கௌன்ட்டர் பண்ணு..."

அருகில் நெருங்கி சிதைக்கப்பட்ட இரு முலைகளையும் அதிகாரியின் மேல் உரசுகிறாள். தனது ஆயுளில் முதல்முறையாக ஒரு நிராயுதபாணியான டார்கெட் முன்னால் நிற்க ராணுவ அதிகாரி பயப்படுகிறார். அது ஒரு அமானுஷ்ய பயம்.'

இந்தக் கதையை எப்போது வாசித்தாலும் காடும் தோப்தியும் அழியாததொரு சித்திரமாக நமக்குள் உறைந்துபோகிறார்கள். அவளைக் காட்டின் உருவமாகவே நான் எண்ணுவதுண்டு. இந்தப் பகுதிக்காக முதலில் நான் மஹாஸ்வேதா தேவியின் 'ரவிக்கைக்குப் பின்னால் என்ன இருக்கிறது?' என்னும் கதை குறித்துதான் எழுத நினைத்தேன். ரவிக்கைக்குப் பின்னால் என்ன இருக்கிறது கதையில் ஒரு பத்திரிகையாளன் பழங்குடிப் பெண்ணின் மார்பைக் கண்டு வியந்துபோய் அதனைப் படமெடுத்துவிடுகிறான். அந்த ஒரு புகைப்படம் அந்தப் பெண் அவளது வாழ்வில் எதிர்கொள்ளும் எல்லா வன்முறைகளுக்குமான காரணியாகிவிடுகிறது. இரண்டுமே முக்கியமான கதைகள், இரண்டிற்கும் ஏராளமான ஒற்றுமைகள் உண்டு. ஆனால் திரௌபதி என்கிற பெயர் இந்தியச் சமூகத்தில் உருவாக்கியிருக்கும் ஆயிரம் ஆயிரமாயிரம் கதைகளில் ஒன்றல்ல இந்த திரௌபதியின் கதை என்பதுதான் இதனைத் தேர்ந்தெடுக்கக் காரணம். வஞ்சிக்கப்பட்ட பழங்குடிப் பெண் தனது உடலையே எதிர்ப்பின் ஆயுதமாக மாற்றுமிடத்தில் 'பிறப்பிலேயே ஒருவர் பெண் ஆவதில்லை, பெண் என்பவள் உருவாக்கப்படுகிறாள். பெண்மை என்பது உயிரியல் விதி அல்ல, அது ஒரு சமூக, பண்பாட்டுக் கட்டமைப்பு' என்று சிமோன் தி புவார் எழுதியதன் அர்த்தத்தை விளங்கிக் கொள்ள முடிகிறது.

11. எம்.வி. வெங்கட்ராமின் 'கோடரி'

'அகலிகையின் தொன்மத்தில் மிளிரும் முழுமை.'

தமிழ் புனைவுலகில் காலத்தால் அழிக்க இயலாத பங்களிப்பைச் செய்தவர்களில் முக்கியமானவர் எம்.வி. வெங்கட்ராம். ஒரு படைப்பாளன் தன் காலத்தில் தொடர்ந்து எழுதுவதற்கும் ஓர் இயக்கமாகச் செயல்படுவதற்கும் வேறுபாடுள்ளது. எம்.வி.வி தன் காலத்தில் ஓர் இயக்கமாகச் செயல்பட்டவர். சிறுகதைகள், நாவல்கள், கட்டுரைகள், மொழிபெயர்ப்புகளோடு சிற்றிதழும் நடத்தியவர், தன் சிற்றிதழில் எழுதியவர்களுக்கு அந்தக் காலத்திலேயே அவரவர் எழுத்திற்கான சன்மானத்தையும் அனுப்பி வைத்துள்ளார். அந்த வகையில் ஒரு வருடத்தில் முப்பதாயிரம் ரூபாயைச் சிற்றிதழுக்காகச் செலவு செய்திருக்கிறார். இன்றைக்கு அதன் மதிப்பை யோசித்துப் பார்த்தால் மலைப்பாய் இருக்கிறது.

சக எழுத்தாளர்களோடு அவர் கொண்டிருந்த நட்பும் அதன் வழியாய் அவர்கள் மேற்கொண்ட உரையாடலும்தான் அவரை ஓர் இயக்கமாக நம் கண்களில் நிலைநிறுத்துகிறது. தமிழில் எழுதிய எல்லோரின் மீதும் அவருக்குக் கரிசனமிருந்தது, ஆனால் அவர் தன் சக எழுத்துலக ஜாம்பவான்களைக் கொண்டாடிய அளவிற்கு தமிழ் இலக்கிய உலகம் அவரைக் கொண்டாடியதா என்றால் இல்லையென்பதுதான் நிஜம்.

வேறு இந்திய மொழிகளோடு ஒப்பிடுகையில் தமிழில் சிறுகதைகள் வளமானவை. சிறுகதை என்கிற வடிவத்தில் நாம் இயங்கத் தொடங்கியதிலிருந்தே ஒவ்வொரு காலகட்டத்திலும் தனித்துவமான சிறுகதையாளர்கள் இருந்திருக்கிறார்கள். இப்போதுமிருக்கிறார்கள். சொற்சிக்கனமும் கச்சிதமும் முக்கியம் என்கிற விதி கவிதைகளுக்கு மட்டுமல்ல, சிறுகதைக்கும் பொருந்தும். நல்ல சிறுகதையாளன் சொற்களைச் செலவு செய்வதில் கவனமாக இருக்க வேண்டும். சொற்களை ஊதாரித்தனமாகச் செலவு செய்கிறவர்களின் எழுத்து காலவோட்டத்தில் காணாமல் போய்விடும்.

தஞ்சை மற்றும் கும்பகோணத்து எழுத்தாளர்களின் கதைமொழிக் கென்று ஒரு வசீகரமுள்ளது. ஒழுங்கும் ரசனையும் மிகுந்த மொழியுடன் மனிதர்களின் மனங்களை ஆழமாய் அணுகி எழுதியதால்தான் இன்றைக்கும் அந்தக் கதைகள் மீள் வாசிப்பு செய்யப்படுகின்றன. இவர்களின் கதைகள் உருவாக்கிய தஞ்சை மற்றும் கும்பகோணம் குறித்த சித்திரங்களை அத்தனை எளிதில் நாம் மறந்துவிட முடியாது.

200க்கும் மேற்பட்ட சிறுகதைகளை எம்.வி.வி எழுதியிருக்கிறார். அவர் கதைகளில் வெளிப்படும் மனிதர்களின் மீதான அவதானமென்பது ஒருவரின் மீதான குற்றங்களைப் பிரதானப்படுத்தாமல் இயல்பை ஆராய்வதாக இருக்கிறது. மனிதர்களின் சிக்கல்களுக்கான தீர்வுகளை ஆராய்ந்து கண்டடைவது ஒரு எழுத்தாளனின் வேலையல்ல. ஆனால் அவனுக்கு அந்தச் சிக்கல்களால் தனிமனிதன் அடையும் நெருக்கடிகளைப் புரிந்துகொள்ளத் தெரிந்திருக்க வேண்டும். கைவிடப்பட்ட மனிதர்களின் பசிக்காக, தனிமைக்காக வருந்தாத ஒருவனுக்கு கலை எங்ஙனம் கைகூடும்? எம்.வி.வியின் கதைகளில் அதிகமும் நாம் காணமுடிவது இப்படி கைவிடப்பட்ட மனிதர்களின் மீதான கரிசனம்தான்.

மந்திரமே உலக நாகரிகத்தில் தொடக்கக் காலத்தில் கலைகளுக்கும் விஞ்ஞானத்திற்கும் மூலமாக இருந்தது என்பதைச் சமூகவியல் அறிஞர்கள் ஜார்ஜ் தாம்சன், ப்ரேசர் போன்றோர் குறிப்பிடுகிறார்கள். தொன்மங்கள் கதைகளாகவும் பாடல்களாகவும் உருவாக்கப்பட்டதை இதன் நீட்சியாய் நாம் புரிந்துகொள்ள முடியும். இந்தியத் தொன்மத்தில் பெண்களின் கற்பையும் ஒழுங்கையும் முன்னிறுத்தி உருவாக்கப்பட்ட ஏராளமான கதாபாத்திரங்களில் அகலிகை தனித்துவமானவள்.

அகலிகையை மையப்படுத்தி கதைகளும், நாடகங்களும், பாடல்களும் ஏராளமாய் எழுதப்பட்டுள்ளன. தொன்மங்களை மறு உருவாக்கம் செய்யும்போது அதை உருவாக்குகிறவன் எடுக்கும் நிலைப்பாடு என்னவென்பது முக்கியமானது. ஒரு கதையை, நிகழ்வை எந்த விசாரணைகளுமின்றி அப்படியே பதிவு செய்வது கலைஞனின் பணியல்ல. மறுக்கப்பட்டவற்றின் குரலாய் அவன் தன்னை வெளிப்படுத்திக்கொள்வதில்தான் மறு உருவாக்கம் செய்வதற்கான நியாயம் பிறக்கிறது.

மாறுவேடமிட்டு தன் கணவரைப்போல் வரும் இந்திரனுடன் கலவி கொண்ட அகலிகையை, 'கல்லாய்ப் போ' எனச் சாபமிடுகிறார் முனி. பிறகு அவள் பக்கத்து நியாயங்களைப் புரிந்துகொண்டு ராமனின் பாதம் பட்டதும் சாபம் நீங்குமெனத் தீர்வும் சொல்லிவிடுகிறார். இங்கு அகலிகையின் தொன்மம் ஒரு பெருங்கதையாடலின் சிறு துண்டாக மாறிவிடுகிறது. கல்லாய் மாறிப்போன அகலிகை ராமனின் பாதம் படும்வரை காத்திருக்கிறாள் என்பதைத் தாண்டி அகலிகையின் மனம் விசாரணைக்கு உட்படுத்தப்படவில்லை.

கௌதம முனிவரால் மன்னிக்கப்பட்ட பிறகும்கூட அகலிகையின் இச்சை பாவமாகத்தான் பார்க்கப்படுகிறது. பெண்கள் எந்த விருப்பங்களுக்கும் அனுமதிக்கப்படக் கூடாதவர்கள் என்பதற்கு அடையாளமாய் அகலிகை திகழ்கிறாள். ஆனால் எம்.வி.வி. எழுதி கலைமகள் இதழில் வெளியான 'கோடரி' என்னும் கதை இதை உளப்பூர்வமான விசாரணைக்கு உட்படுத்துகிறது.

கௌதம முனிக்கும் அகலிகைக்கும் இடையில் முக்கியப் பாத்திரமாக அவர்களின் மகன் சிரகாரி வருகிறான். சம்பவத்தைப் பார்த்த அதிர்ச்சியில் கௌதம முனி உறங்கும் மகனை எழுப்பி ஆத்திரத்தோடு தன் மனைவியின் தலையைக் கொய்யச் சொல்லி கட்டளையிடுவதோடு ஒரு கோடரியையும் கொடுத்துவிட்டுப் போகிறார். உறக்கக் கலக்கத்தில் அவர் சொன்னதைக் காதில் வாங்கிக்கொள்ளாமல் மகன் தூங்கிவிடுகிறான். பிறகு அகலிகை வந்து மகனை எழுப்பும்போது தந்தை தன்னிடம் சொன்னது கனவாய் இருக்கக்கூடுமென்னும் சந்தேகத்திலிருக்கும் சிரகாரியிடம் அகலிகை தந்தை சொன்னபடியே செய்யச்சொல்கிறாள். தந்தை சொன்னதைச் செய்யவேண்டியது தன் கடமையென்றாலும் காரணம் தெரியாமல் செய்ய முடியாதெனச் சொல்லிவிட்டு,

ஆற்றுக்குச் சென்று காலைக் கடன்களை முடித்துவிட்டு வரக் கிளம்புகிறான். தந்தையிடமிருக்கும் ஆத்திரம் சிரகாரியிடமில்லை. அடிப்படையில் மனிதன் மந்தையுணர்ச்சி உடையவன், இதனால்தான் தனிமை அவனுக்குள் அச்சத்தையும் வக்கிர உணர்வையும் ஊட்டுகிறது.

சமூகத்திலிருந்து தனித்து வாழும் கௌதம முனிக்கு வரும் ஆத்திரத்தின் பின்னாலிருப்பது ஒருவகையான அச்சம். கதையின் தொடக்கத்தில் தன் நற்பெயருக்கும் அறநெறிகளுக்கும் களங்கம் விளைந்ததாகவே கௌதமர் ரௌத்திரமடைகிறார். பல்லாண்டு காலம் தவம் செய்த முனிவரின் கௌரவம் அவரின் ஞானத்தில் அல்லாமல் மனைவியின் கற்பில் இருப்பதாக நம்புவது மந்தையுணர்ச்சியிலிருந்து விடுபட முடியாத அவருடைய குணத்தை உணர்த்துகிறது.

ஆற்றுக்குச் செல்லும் வழியில் சிரகாரியைச் சந்திக்கும் இந்திரன், உடலெங்கும் கண்களாய் மாறிப்போகும் சாபம் பெற்ற இந்திரன் சிரகாரியிடம் நடந்ததை விளக்குகிறான். எம்.வி.வியின் மேதைமை இங்குதான் வெளிப்படுகிறது. தொன்மத்தில் சொல்லாமல் விட்டுப்போன ரகசியங்களை சிரகாரி இந்திரனின் உரையாடல் மூலமாய்க் கண்டடைய முயல்கிறார். தந்தை தன் தாயின் மீது கொண்ட ஆத்திரத்திற்கான காரணத்தையும், தாயின் செயலுக்குப் பின்னாலிருந்த நியாயத்தையும் தெரிந்துகொள்வதோடு 'கிடைக்காத பொருளுக்காக ஏங்குவதும் பிறகு அதற்காகத் துன்பப்படுவதும்தானே உன் சரித்திரம்' என்று இந்திரனின் இயல்பையும் அவனால் புரிந்துகொள்ள முடிகிறது.

தந்தை தந்துவிட்டுப் போன கோடரி திடீரென்று ஒரு பூதம் போல் இப்போது கனக்கத் தொடங்குகிறது. 'நஞ்சை விழுங்கிய நீலகண்டனைப்போல் தன் தொண்டைக்குள் வலியை அடக்கிக் கொண்டதாக சிரகாரியை எம்.வி.வி இவ்விடத்தில் குறிப்பிடுகிறார். "நீ ஒரு புழு, புழுக்கடியால் பரவுகிற விஷத்தை இறக்குவதற்குப் பதிலாக ஓடிவிட்ட புழுவை யாராவது தேடிப்போவார்களா? நீ போ, உன்னைத் தண்டிக்க வேண்டிய பொறுப்பு தர்மத்தைச் சேர்ந்தது. உனக்காக நான் என் தந்தையிடம் மன்னிப்பு கோருகிறேன்" என இந்திரனை மன்னித்து அனுப்பும் மனம் சிரகாரிக்கு இயல்பாய் வருகிறது.

கோடரியை ஆயுதமாகக் கொண்ட பரசுராமன் தந்தையின் ஆணைப்படி தாயைக் கொலைசெய்தான் என்கிற கதை இனக்குழு வளர்ச்சியில் தாய்வழிச் சமூக மரபிலிருந்து விலகி தந்தைவழிச் சமூக அமைப்பாக மாறியபோதுதான் உருவாகி இருக்கவேண்டும். இந்நிலையில் வயது வந்த மகன் தன் தந்தையை ஒத்தவனாகவே இருப்பதோடு அவரையே தன் முன்மாதிரியாக ஏற்றுக்கொள்கிறான். இதனால்தான் நடைமுறைக்கு ஒவ்வாத கற்பு பத்தினித் தன்மை என்ற பெயரால் பெண்களின் சுதந்திரத்திற்குத் தடையாய் இருக்கிறான். இந்தப் பத்தினித் தன்மை ஒருபோதும் ஆணுக்கான எல்லைகளை வரையறுப்பதில்லை. ‘எல்லா மகன்களும் வளரும்போது தன் தந்தையையே பிரதிபலிக்கிறார்கள்’ என்கிற சொல்வழக்கையும் நாம் நினைவுபடுத்திப் பார்க்க வேண்டும். தொன்மங்களும் கதைகளும் ஒவ்வொரு காலகட்டத்திலும் மனித இனக்குழுக்களுக்குள் நிகழ்ந்த மாற்றங்களைப் பிரதிபலிப்பதாகவே இருக்கின்றன.

ஆற்றுக்குச் செல்லும் சிரகாரி உடனடியாகத் திரும்பவில்லை. தாயின் செயலுக்கான நியாயங்களை உருவாக்குவதற்குப் பதிலாகத் தண்டனைகள் தரும் தீராத வலியைப் பற்றியே அதிகம் யோசிக்கிறான். தாயைக் கொல்வதை மறை அனுமதிக்கிறதா? அப்படி அனுமதித்தால் அது மறையாகுமா? என தனக்குத்தானே கேட்டுக்கொள்கிறான். அறிவின் ஆழத்தையும் நிறைவையும் சோதிக்கும் சதி சிரித்தபோதும் ஆற்றில் குளித்து வெளியேறுகையில் அவன் புத்தம்புதிய மனிதனாய் மாறிவிடுகிறான். இன்னொருபுறம் கௌதம முனியும் தாம் ஆத்திரத்தில் எடுத்த முடிவு தவறானதென்பதைப் புரிந்துகொள்கிறார். அகலிகையின் தொன்மத்தை மறு உருவாக்கம் செய்கையில் எம்.வி.வி. இங்கு கண்டடைவது தண்டனையை அல்ல, மன்னிப்பை.

ராமன் என்னும் பெருங்கதையாடலோடு இணையும் அகலிகையின் தொன்மத்தில் அகலிகைக்கான மன்னிப்பிற்கு அவள் பல்லாண்டு காலம் காத்திருக்க வேண்டியுள்ளது. ஆனால், இங்கு அடுத்தநாள் குடிலுக்குத் தன் மகனோடு திரும்பிவரும் கௌதம முனி அகலிகையின் பக்கமிருக்கும் நியாயத்தைப் புரிந்துகொள்வதால் அவள் கல்லாக வேண்டிய நிர்ப்பந்தமில்லாமல் போகிறது.

ஆரம்பத்தில் மனிதன் தெய்வம் என்பதை ஓர் ஆற்றலாகவே பார்த்து வந்தான். காலப்போக்கில் இனக்குழுக்கள் அரசுகளாக

உருவாகும்போது, அங்கு படிநிலைகள் உருவாகின்றன. இந்தப் படிநிலை உருவாக்கம்தான் அதுவரை ஆற்றலாகப் பார்க்கப்பட்ட கடவுளர்களுக்கு மனித உருவைத் தந்திருக்க வேண்டும். அகலிகையின் சாபத்தை நீக்க ராமன் என்னும் மனித உருக் கொண்ட கடவுள் தொன்மத்தில் தேவைப்பட்டிருக்கிறது.

எம்.வி.வியின் இந்தக் கதையில் அந்த உரு தேவைப்படவில்லை. சிறுகதைகளில் அவருக்கிருந்த பிரத்யேகமான மொழியாளுமையை இந்தக் கதையிலும் நம்மால் பார்க்க முடியும். ஒரு சம்பவத்தை விவரிக்கையில் ஒவ்வொரு சொல்லின் வழியாகவும் கதையின் ஆழத்தை நோக்கி வாசகனை இழுத்துச் செல்வதை நாம் உணர முடியும். கதையின் முடிவை நோக்கி வாசகனை சுவாரசியமாக நகர்த்திச் செல்வது எழுத்தாளனின் வேலையல்ல, ஒரு கதையின் ஒவ்வொரு நிகழ்விற்குள்ளும் வாசிக்கிறவனுக்கு ஏதேனுமொரு படிப்பினையை உருவாக்கித்தர வேண்டும். ஒவ்வொரு நிகழ்வின் பின்னாலும் இருக்கும் முடிச்சுகளை எழுதுகிறவனே அவிழ்க்காமல், வாசிக்கிறவனுக்கான வெளியை விட்டுத்தரவேண்டியது முக்கியமானது.

ஓர் எழுத்துக்காரனை அவன் வாழும் காலத்திலும் அவன் வாழ்க்கைக்குப் பிறகும் எழுத்துச் செயல்பாட்டின் வழியாக அந்தச் சமூகம் அடையாளப்படுத்த வேண்டும். இவ்விஷயத்தில் கலைஞர்களிடம் காலமும் சமூகமும் கருணையோடு நடந்துகொள்வதில்லை. ஓர் எழுத்தாளன் அங்கீகரிக்கப்படாதபோது அவனை நிராகரிக்கும் சமூகம் தன் வளத்தையும் கனவையும் இழக்கிறது. கதைசொல்லிகள்தான் ஒரு சமூகத்தில் ஆரோக்கியமான கனவுகளை விதைக்கிறார்களென்றால் அவர்களை எப்போதும் நிராகரித்து வரும் தமிழ்ச் சமூகம் கனவுகளே இல்லாத சமூகமாகத்தான் மாறும். எம்.வி.வியின் நித்தியக்கன்னி நாவலை வாசித்தபின் தி.ஜா இப்படி எழுதுகிறார்,

'இலக்கியகர்த்தாக்களுக்கு மாடம் கட்டிப் போற்றும் விமர்சனக் கொத்தனார்களுக்கு இவருடைய நினைவு வராதது வியப்பான செய்தி.'

12. பால் சக்கரியாவின் 'ரயில் கொள்ளை'

'எளிமைதான் மேன்மையின் ஆகச்சிறந்த ரூபம்'

- லியானர்டோ டாவின்ஸி

மலையாள எழுத்தாளர்களில் வைக்கம் முகமது பஷீர், எம்.முகுந்தன், எம்.டி.வாசுதேவன் நாயர் என எனக்குப் பிடித்தமான எழுத்தாளர்களை வரிசைப்படுத்தினால் அதில் சக்கரியாவிற்கு முக்கியமான இடமுண்டு. பல வருடங்களுக்கு முன் 'அரபிக்கடலோரம் என்ற தலைப்பில் காலச்சுவடு இதழில் சக்கரியா மாதம் தோறும் பத்தி எழுதி வந்தார். தனது சொந்த சமூகத்தைக் குறித்த கூர்மையான விமர்சனங்கள் அவரது எழுத்துகளைத் தேடி வாசிக்கச் செய்தது. நாற்பது பக்கங்களே கொண்ட 'இதுதான் என் பெயர்' என்னும் அவரது மகத்தான குறுநாவல் எனது எழுத்து முறையைக் கண்டடைய பெரும் வழிகாட்டியாய் இருந்தது. அதனைத் தொடர்ந்து வாசித்த 'பாஸ்கரப் பட்டேலும் எனது வாழ்க்கையும்' என்ற குறுநாவலும் அவரது சிறுகதைகளும் புனைவின் வினோத வசீகரம் எளிமையில் ஒளிந்துள்ளதைப் புரியவைத்தது.

பைபிளின் தாக்கம் அவரது எழுத்துகளில் வெளிப்பட்டாலும் அவர் மரபான கிறுஸ்தவத்துக்கு வெளியே பெரும் தேடல் கொண்டவராக இருந்தார். இயல்பாக அவருக்குக் கூடிவந்த அங்கத

உணர்வு அரசியல், மதம் என தனிமனிதனின் அழுத்தங்களுக்குக் காரணமான எல்லாவற்றின் மீதும் காத்திரமான விமர்சனங்களை எழுதச் செய்தது.

சக்கரியாவின் கதைமொழி வாசிப்பதற்குப் புறவயமானதாகத் தோன்றினாலும் நுட்பமான கதாபாத்திரங்களும் அவர்களின் இயல்புகளும் நம்மை அகவயமான உந்துதலுக்கு நகர்த்துகின்றன. அன்னம்மாள் டீச்சரின் முன்னால் இயேசு கிறிஸ்துவே வந்தாலும் நமக்கு அன்னம்மாளே பிரதானமாகத் தெரிகிறாள். மனித வாழ்வின் வினோத முரண்களைக் கண்டடையும் இடங்களாக அவரது சிறுகதைகள் வெளிப்படுகின்றன. ஏதோ ஒன்றின் மீது அதீதமாக நம்பிக்கை கொள்வதும் அது பொய்த்துப் போகும்போது புகாரின்றி அதை ஏற்றுக்கொள்வதும் அவரது அனேகக் கதாபாத்திரங்களில் காண முடிகிறது.

குடும்பம், சமூகம், தத்துவம், மதம் என எல்லாமே தனிமனிதனின் எதிர்பார்ப்புகளுக்கானவை அல்ல. ஆனால் இதில் ஏதாவதொன்றை அழுத்தமாக நம்ப வேண்டிய துர்பாக்கியம் மனிதர்களுக்கு நேர்ந்துவிடுகிறது. இந்த அபத்தங்களின் குவியலிலிருந்துதான் வாழ்வின் மேன்மையை ஒரு படைப்பாளன் கண்டடைய வேண்டியுள்ளது.

வைக்கம் முகமது பஷீரும் வாழ்வின் அபத்தங்களைத்தான் அதிகம் எழுதினார். ஆனால், சக்கரியாவும் பஷீரும் இருவேறு விதமான உலகைச் சேர்ந்தவர்களாக இருக்கிறார்கள். பஷீரின் உலகில் அவர் கதாபாத்திரங்கள் பைத்திய நிலையை அடைவதன் வழியாகவோ அல்லது தனது செயல்களிலிருந்தும் வாழ்விலிருந்தும் முற்றாகத் துண்டித்துக்கொள்வதன் வழியாகவோ நம்மைத் தீவிரமாக ஆட்கொள்கின்றன. சக்கரியாவின் கதாபாத்திரங்கள் எளிதில் துவண்டுவிடுவதில்லை. அவர்கள் தமக்கான வழிகளில் இந்த அபத்தங்களுக்கு எதிராகப் போராடிப் பார்க்கிறார்கள். அப்படிப் போராடிப் பார்ப்பதன் வழியாக ஒரு பெரிய செய்தியைக் கதைகளுக்குள் கடத்திவிடுகிறார்கள். இந்த நுட்பம் அபூர்வமாகவே சிறுகதைக் கலைஞனுக்கு கைவரக்கூடியது.

‘ரயில் கொள்ளை’ சிறுகதையில் ராஜனும் அவனது மகனுமாகச் சேர்ந்து ஒரு ரயிலை வழிமறித்துக் கொள்ளையடிக்கும் முயற்சியில் இருக்கிறார்கள். அவர்களிடம் இருக்கும் ஆயுதம் ஒரு பழைய

துருப்பிடித்த கத்தியும் துணியில் சுற்றப்பட்ட நாட்டு வெடிகுண்டும். வெடிகுண்டை வாங்கவோ செய்யவோ திராணியற்ற அவர்கள் ஒரு பப்பாளி பழத்தைத் துணியில் சுருட்டி வைத்திருக்கிறார்கள். அவர்களுடைய நோக்கம் யாரையும் தாக்குவது அல்ல தங்களது பசிக்காக பயணிகளை மிரட்டுவது மட்டுமே.

சக்கரியாவின் கதைகளில் வரும் பெரும்பாலான கதாபாத்திரங்கள் அரசு, மதம், தத்துவம் என எல்லா நிறுவனங்களாலும் கைவிடப் பட்டவர்களாக இருக்கிறார்கள். இந்தக் கதையில் வரும் ராஜனும் அப்படிப்பட்ட ஒருவன்தான். வறுமையிலிருந்து தற்காலிகமான தொரு விடுதலையை வேண்டி ராஜன் கொள்ளையைத் திட்டமிடுகிறான். ஆனால் அதற்கான முயற்சியில் அவன் என்ன கண்டடைகிறான் என்பதுதான் இந்தக் கதையின் சிறப்பைக் கூட்டுகிறது.

ஒரு நல்ல சிறுகதைக்குச் சிறப்பான தொடக்கம், கச்சிதமான நடுப்பகுதி, எதிர்பாராத முடிவு இவையே அடிப்படை. ராஜன் இறுதியாக தான் கொள்ளையடிப்பதற்கான ரயிலைத் தேர்வுசெய்துவிட்டான் என்கிற முதல் வரியே நமக்கு இந்தக் கதை எதைப் பற்றியதென விளக்கிவிடுகிறது. கதையில் நிகழவிருக்கும் செயலைச் சொல்லிவிட்டு அதைச் செய்யப் போகிறவன் யார் அவனது பின்னனி என்ன இப்படியொரு கொள்ளையைத் தேர்ந்தெடுக்கக் காரணங்கள் என்ன என்று ஒவ்வொரு முடிச்சாய் அவிழ்கிறது. கதையின் ஆதாரப் பிரச்சினையும் பிரதான கதாபாத்திரமும் கச்சிதமாகச் சொல்லப்படுவதாலேயே அடுத்தடுத்த பகுதிகள் விரியும்போது நாம் அந்தக் கதாபாத்திரத்தின் மனவோட்டங்களையும் அவனது பிரச்சினைகளையும் அணுக்கமாகப் புரிந்துகொள்கிறோம்.

ஒரு கொள்ளைக்காரனுக்கான துணிச்சலோ, குரூரமோ இல்லாத அப்பாவி என்பதுதான் ராஜன் கதாபாத்திரத்தின் முரணாக இருக்கிறது. தனது இயல்பை மீறிச் செய்ய வேண்டிய நிர்ப்பந்தம் அவனுக்கு இருந்தபோதும், இறுதியில் அந்தக் கொள்ளையைக் கைவிடும்போது அவனைப்போலவே நமக்கும் அவனது வாழ்வின் மீது நம்பிக்கையின் கீற்றொளி தெரிகிறது.

இந்தக் கதையில் வரும் ராஜனைப் போலவே நம்மில் பலரும் ஏதோவொரு தருணத்தில் கைவிடப்படுகிறோம். அந்த

ஏமாற்றங்களிலிருந்து தப்பித்துக்கொள்ள நமது இயல்பிற்கு ஒவ்வாத காரியங்களைச் செய்யத் துணிகிறோம். அந்தத் தீமைக்கு அருகில் செல்லும்போது ஆழ்மனத்தில் பழக்கப்படுத்தப்பட்ட அறவுணர்வுகள் நம்மைக் கட்டுப்படுத்துகின்றன. எந்த தேவதூதரும் இல்லாமல் நம்மை நாமே சரிசெய்துகொள்கிற தருணங்களில்தான் நாம் மேம்பட்டவர்களாக மாறுகிறோம். நாம் பல்வேறு சிந்தனைகளுக்குள் விழுகிறோம். போராட்டங்களையும் தோல்விகளையும் அந்த நேரத்தில் கடக்கப் பழகிவிட்டபின் நமக்கு வாழ்வைக் குறித்தும் மனிதர்களைக் குறித்தும் பக்குவமான புரிதல்கள் கிடைக்கின்றன.

ராஜன் கதையின் இறுதியில் வந்தடையும் முடிவு அவனைப் புனிதனாக மாற்றவில்லை. ஆனால் நம்மில் ஒருவனாகக் காட்டுகிறது. நமது அன்றாடங்களுக்குப் புதிய நம்பிக்கைகளோடு திரும்புகிற தருணங்களை ஒரு புனைவில் கண்டுகொள்ளும்போது அந்தந்த தருணத்து ஏமாற்றங்களும் வெறுப்புகளும் தற்காலிகமானவை என்கிற படிப்பினை நமக்குக் கிடைக்கிறது.

வறுமை எல்லாரையும் எல்லாவற்றையும் சந்தேகிக்கச் சொல்கிறது. வெறுப்பை விதைக்கிறது. மிதமிஞ்சிய நுகர்வின் காலத்தில் வாழும் நமக்கு ஒருவேளை உணவுக்காக மனிதர்கள் எதிர்கொண்ட போராட்டங்களைக் கேட்க ஆச்சரியமாகத்தான் இருக்கும். பசியின் கொடுமையில் ஒரு கை அரிசியைத் திருடியதற்காக மது என்கிற ஒரு பழங்குடி இளைஞன் அடித்துக் கொல்லப்பட்டானே, கொல்லப்படுவதற்கு முன்னால் இந்தச் சமூகத்திடம் என்ன வேண்டியிருப்பான். பண்பட்ட ஒரு சமூகம் அப்படியொரு படுகொலைக்காக வெட்கித் தலைகுனிந்திருக்க வேண்டாமா? இன்னொருவரின் வறுமையைச் செய்தியாக நம்மால் கடந்து போக முடிகிறதென்றால் நமது அறவுணர்வுகளைச் சீர்தூக்கிப் பார்க்க வேண்டியது அவசியம்.

தான் நிகழ்த்தவிருக்கும் கொள்ளையைப் பல்வேறு முறை ஒத்திகை பார்த்துக்கொள்கிறான். கதைகளும் திரைப்படங்களும் நமக்கு இப்படித்தான் கற்பிக்கின்றன. ஆயுதங்களோடு திடீரெனத் தோன்றும் முகமூடி அணிந்த கொள்ளையர்கள். தங்களது லட்சியங்களுக்காகவோ அல்லது சாகசத்திற்காகவோ பயணிகளிடமிருந்து கொள்ளையடித்துவிட்டு மின்னல் வேகத்தில் தப்பிச் செல்வார்கள். பின்பு செய்தித்தாள்களில் அந்தச்

சம்பவம் பரபரப்பாகப் பேசப்படும். காவல்துறை அவர்களைத் தேடும். சில கொள்ளையர்கள் மாட்டிக்கொள்கிறார்கள். பெரும்பாலானவர்கள் மீண்டும் வேறொரு நாள் வேறொரு ரயிலில் கொள்ளையடித்துவிட்டு இதேபோல் மீண்டும் முகமூடியோடு செய்தித்தாள்களில் வருகிறார்கள்.

ஆனால், ராஜன் அப்படி அல்ல. ராஜன் பயணிகளிடம் மன்னிப்பு கேட்கிறான். தனது வறுமையும் குடும்பத்தின் பசியும் தன்னை இப்படிச் செய்ய வைத்திருக்கிறது. உங்கள் எவரையும் துன்புறுத்துவது எனது நோக்கமல்ல என மன்றாடுகிறான். இத்தனை தன்னிலை விளக்கங்களையும் ஒத்திகைகளையும் செய்து பார்த்த பின்னாலும் அவனால் தான் செய்யவிருக்கும் காரியத்தை நியாயப்படுத்த முடியவில்லை. வறுமை தனது அறவுணர்வுகளை வெல்வதை அவன் அனுமதிக்கவில்லை.

இந்தக் கதையில் ஓரிடத்தில் ரயிலை நிறுத்த ராஜனுக்கு ஒரு சிவப்புக் கொடி தேவைப்படுகிறது. அதற்காக நிறைய யோசித்து இறுதியாக அவன் கம்யூனிஸ்ட் கட்சி ஊர்வலம் முடிந்தபிறகு அங்கிருந்து ஒரு சிவப்புக் கொடியை எடுத்துக்கொள்ள விழைகிறான். 'கொடிய கீழே வை' என ஒருவர் கடுமையாக அவனிடம் சொல்ல 'இந்தக் கொடி இங்க சும்மாதான இருக்கு. நான் எடுக்கக் கூடாதா?' என ராஜன் கேட்கும்போது, முன்னைவிடவும் ஆத்திரமான குரலில் அவன் கண்டிக்கப்படுகிறான். ராஜன் அச்சத்தோடு அந்தக் கொடியை வைத்துவிடுகிறான்.

இந்தக் காட்சியில் ராஜனுக்கும் அந்த சகாவுக்குமான உரையாடல் அதிகாரத்தின் ஒரு சிறிய உதாரணமாக வெளிப்படுகிறது. ஆனால் எந்தவிதமான பிரசாரமும் இல்லாமல் கதையின் போக்கில் நிகழ்கிறது. எல்லாம் முடிந்து ராஜன் இயல்பிற்குத் திரும்பும் போது அவன் சமூகத்தை, அரசை, தத்துவங்களை, தெய்வங்களை எல்லோரையும் மன்னிக்கிறான். நாம் தோல்விகளிலிருந்தும் ஏமாற்றங்களிலிருந்தும் சமூக அழுத்தங்களிலிருந்தும் இயல்பு நிலைக்குத் திரும்பிய பிறகு எதிலும் சமரசம் செய்துகொள்வதில்லை. உண்மையில் அப்போது நாம் யாரென்பதை அப்போது அடையாளம் காண்கிறோம்.

13. சந்தோஷ் எச்சிக்கானத்தின் 'பிரியாணி'

'கிட்டத்தட்ட நூறு கோடி மக்கள் – அதாவது உலக மக்கள்தொகையின் எட்டில் ஒரு பங்கு மக்கள் இன்னும் பட்டினியில் வாடுகின்றனர். ஒவ்வொரு வருடமும் சுமார் இரண்டு கோடி குழந்தைகள் ஊட்டச்சத்துக் குறைபாட்டால் இறக்கின்றனர். பிரிட்டனில் உடல் பருமன் ஒரு நோயாகப் பரவி வருவதைக் குறித்து மருத்துவர்கள் எச்சரிக்கும் இதே காலகட்டத்தில்தான் இந்த மரணங்களும் நிகழ்கின்றன. மற்றவர்கள் பட்டினியில் வாடும்போது நாம் தின்று கொழுத்துக்கொண்டிருக்கிறோம்.'

- ஜோனத்தான் ஸ்டாக்ஸ்

இந்த நூற்றாண்டின் மாபெரும் முரண் யாதெனில் ஒருபுறம் பசியின் கொடுமையால் ஒவ்வொரு வருடமும் குழந்தைகளின் இறப்பு விகிதம் அதிகரித்துக்கொண்டிருக்க இன்னொருபுறம் வளர்ந்த நாடுகளில் மிதமிஞ்சிய உணவுப் பழக்கம் காரணமாகப் புதிய நோய்கள் உருவாகின்றன. முதலாளித்துவத்தில் பசி என்பது தொழிலாளர்களைக் கட்டுப்படுத்த முதலாளிகளால் பயன்படுத்தப்படும் ஆயுதம். இது அவர்களைக் குறைந்த ஊதியத்திற்கு வேலை செய்ய நிர்ப்பந்திக்கிறது, இதனால்

தொழிலாளர் ஒழுக்கம் உறுதி செய்யப்படுகிறது என்று கார்ல் மார்க்ஸ் குறிப்பிடுவது எல்லா காலத்திற்கும் பொருந்தக்கூடிய உண்மையாக இருக்கிறது.

நாம் வசிக்கும் இந்த தேசம் இரண்டு தேசங்களாக இருக்கிறது. எப்படி வளர்ந்த நாடுகளில் மிதமிஞ்சிய உணவுப் பழக்கம் ஒரு பிரச்சினையாக இருக்கிறதோ அப்படி இங்கே ஒரு வர்க்கத்தினர் மிதமிஞ்சி எல்லாவற்றையும் நுகர்பவர்களாகவும் இன்னொரு வர்க்கத்தினர் தமது ஒருவேளை உணவிற்காகப் பல்லாயிரம் கிலோமீட்டர்கள் பயணித்து ஏதிலிகளாக உழைக்க நிர்ப்பந்திக்கப்படுகிறார்கள். இப்படி ஏதிலிகளாக இடம் பெயர்கிறவர்கள் எதிர்கொள்ளும் வன்முறைகளும் ஏராளம். யாரோ எங்கோ செய்யும் குற்றங்களுக்கெல்லாம் எல்லோரின் விரல்களும் முதலில் நீள்வது இவர்களை நோக்கித்தான். அதிகார வர்க்கமும், ஊடகங்களும் தங்களது சந்தேகப் பார்வையை இவர்களின் மீது நிரந்தரமாக வைத்திருப்பதால் தமது அன்றாடப் பணிகளைச் செய்வதற்குக்கூட பல சமயங்களில் இவர்களால் முடியாமல் போகிறது.

வடக்கு வாழ்கிறது தெற்கு தேய்கிறது என அரசியல் புலத்தில் பொதுவாகச் சொல்லப்படுவதுண்டு. ஆனால் கடந்த இரண்டு தசாப்தங்களில் வடக்கிலிருந்து தெற்கை நோக்கை இடம் பெயர்ந்தவர்களே அதிகம். வறுமை, இனக்குழுப் போராட்டங்கள், சமநிலையற்ற அரசியல் சூழல் என ஏராளமான காரணங்களால் அடிப்படை வசதிகளே இல்லாமல் பல்லாண்டு காலம் போராடியவர்கள் தப்பித்தால் போதுமென்கிற நெருக்கடிகளோடு ரயிலேறிவிடுகிறார்கள். தமிழ்நாடு, கேரளா, தெலங்கானா, கர்நாடகா, ஆந்திர மாநிலங்களுக்கு உழைப்புக் கூலிகளாக வந்திருக்கும் வட இந்தியர்களைக் கணக்கெடுத்தால் ஒரு கோடி பேருக்கும் குறையாமல் இருப்பார்கள். இந்திய விடுதலையின் போது நிகழ்ந்த இடப்பெயர்ச்சியைவிடவும் பிரம்மாண்டமானது இது. இந்த இடப்பெயர்ச்சி பொருளாதார ரீதியாகவும் கலாசார ரீதியாகவும் பெரும் விளைவுகளை இன்னும் சில வருடங்களில் உருவாக்கக்கூடும்.

சந்தோஷ் எச்சிக்கானத்தின் 'பிரியாணி' என்னும் இந்தக் கதையை நான் நிறைய இடங்களில் குறிப்பிட்டுள்ளேன். நான் அடிக்கடி வாசிப்பதுமுண்டு. யதார்த்தவாத கதைகள் காலாவதியாகிவிட்டன

என்ற கருத்து நிலவிவரும் சூழலில் அந்தக் கருத்தைப் பொய்யாக்கும் கதை இது. உலகம் முழுமைக்கும் பொருந்திப் போகக் கூடிய அடிப்படையான பிரச்சினையைப் பேசக்கூடிய இந்தக் கதை நேரடியான மொழியில் சொல்லப்பட்டுள்ளது.

மிகக் குறைவான விவரணைகள், கதைக்குத் துளியும் அலங்காரத் தோரணை வந்துவிடாத அளவிற்கு அந்த விவரணைகளும் ஓரிரு இடங்களில் மட்டுமே வருகின்றன. கதையின் ஆதாரப் பிரச்சினை இதுதான் என்பதை அதன் இறுதிப் பகுதிவரை வெளிப்படுத்தாமல் கதாபாத்திரங்களின் வழியாக வெவ்வேறு யூகங்களுக்கு நம்மை அழைத்துச் செல்கிறது. இறுதிப் பகுதியில் கதையின் முரணை நாம் தெரிந்துகொள்ளும்போது நமக்குள் ஏதோவொன்று வெடித்துச் சிதறுவதை நம்மால் உணர முடிகிறது.

வெளிநாட்டில் பல்லாண்டுகாலம் தொழில் செய்து சம்பாதித்த செல்வாக்கான ஹாஜியார் வீட்டு விசேஷம். அந்த வீட்டின் பிரம்மாண்டம் செல்வச் செழிப்பு எல்லாம் சொல்லப்பட்டு சடாரெனத் திரும்பி ராமச்சந்திரன் என்கிற லேபர் ஏஜெண்ட் ஒருவர் நமக்கு அறிமுகமாகிறார். அவரது வாழ்க்கை இடப்பெயர்வால் என்னவாகியிருக்கிறது என்பதை நாம் முழுமையாக விளங்கிக்கொள்ளும் முன்பாகவே கோபால் யாதவ் கதைக்குள் வந்துவிடுகிறார்.

ஹாஜியாரின் உறவினர் அசன் பாய் ராமச்சந்திரனிடம் “பஞ்சாபிலிருந்து இந்த நிகழ்விற்காக ஒரு லோட் பாசுமதி அரிசு வந்திருக்கிறது” என்கிறான். ஊர்க்காரர்கள் ஆச்சரியப்பட்டதைப் போலவே லேபர் ஏஜெண்டும் ஆச்சரியப்படுகிறான். பல கோடிகள் செலவு செய்து நடக்கும் அந்தத் திருமண வரவேற்பில் சிறிய வேலைக்காக கோபால் யாதவ் அழைக்கப்படுகிறார். அசனார் அவரிடம் நூறு ரூபாய் சம்பளம் குறைத்துப் பேரம் பேசும்போது கோபால் யாதவைப் போலவே நமக்கும் ஏமாற்றமாக இருக்கிறது.

கோபால் யாதவும் அசனாரும் உரையாடிக்கொள்வதன் வழியாக நமக்கு கோபால் யாதவ் குறித்த விவரங்கள் கிடைக்கின்றன. பீஹாரில் ஒரு சிறிய கிராமத்தில் நிலக்கரி சுரங்கத்திலிருந்து தினமும் நூற்று இருபது கிலோ நிலக்கரி மூட்டையை சைக்கிளில் தள்ளியபடி நாற்பது கிலோமீட்டர் நடப்பதுதான் கோபாலின் வேலை. அந்த வேலைக்கு வரும் கூலியில் கமிஷன், ரவுடி கட்டிங்,

போலிஸ் கட்டிங் எல்லாம் போக அவருக்கு மிஞ்சுவது பத்து ரூபாய். பசி அவர் குடும்பத்தின் நிரந்தர விருந்தாளி. வீடுவரை பசி தாங்க முடியாமல் கோபாலின் மனைவி சமைக்க வாங்கிய அரிசியை மென்றபடியே அவரோடு பயணிப்பதை எழுதியிருக்கும் இடம் மகத்தானது.

ப்ரேம்சந்தின் கதையொன்றை வாசித்ததுபோல் அழுத்தமான வலியைக் கொடுத்தது. அவரது கதையைக் கேட்டபின் அசனார் "அங்க அஞ்சுக்கும் பத்துக்கும் அல்லாடிட்டு இங்க இருநூத்தம்பது ரூவா பத்தலன்னு சொல்றியா" எனக் கேட்கிறார். இந்த ஆளிடம் நமது கஷ்டங்களைச் சொல்லி இருக்கக்கூடாதென ஏமாற்றத்தோடு கோபால் தலை குனிந்துகொள்கிறார்.

'நமது வறுமையையும் பசியையும் இன்னொருவரிடம் பகிரும் போது எதிரிலிருப்பவரும் இதில் ஒரு துளியேனும் தெரிந்திருக்க வேண்டும், அல்லது அனுபவித்திருக்க வேண்டும். இல்லாது போனால் நாம் கோமாளியாகிவிடுவோம்' என கதைசொல்லியின் பார்வையில் வரும் வரிகள் சமூக அடுக்குகள் குறித்த பெரும் படிப்பினையை நமக்குத் தருகிறது.

"மலையாளிக்கு 600, தமிழனுக்கு 500, பீஹார்காரனுக்கு 250" இதுதான் இங்க முடிவு செஞ்சிருக்கற கூலி. இதையெல்லாம் மாத்த முடியாது என அசனார் கோபாலிடம் சொல்வது புலம்பெயர் தொழிலாளர்களின் மீது நிகழ்த்தப்படும் சுரண்டல்களுக்கான ஒரு சிறிய உதாரணம். அடிப்படை வசதிகளோ, பணி பாதுகாப்போ இல்லாமல் குறைந்த ஊதியத்திற்கு உழைக்கும் இவர்களை ஒரு சமூகம் குற்றவாளிகளாகப் பார்க்குமானால் அதன் கையாலாகாத்தனத்தை என்னவென்று சொல்வது?

ஹாஜியாரின் வீட்டைக் குறித்த விவரணைகளில் வாசலிலிருந்து வீட்டுக்கு இடையே பெரும் தூரம் இருக்கிறது. அங்கு நான்காயிரம் பேர் கூடியிருக்கலாம் என்று சொல்லப்படும்போது அந்த வீட்டின் பிரம்மாண்டத்தை நம்மால் கற்பனை செய்து பார்க்க முடியும். கோபால் கண்கள் விரிய அந்த வீட்டைப் பார்த்தபடி என்ன வேலையெனக் கேட்கிறார். ஒருவன் மண்வெட்டியையும் கடப்பாரையையும் கொடுத்து குழிதோண்ட வேண்டும் என்கிறான். தென்னை மரங்கள் நிரம்பிய ஓரிடத்தில் குழிதோண்டுவதற்கான ஆயத்தங்களை மேற்கொள்ளும் கோபாலைக் கண்காணிக்க ஓர்

இளைஞன் வருகிறான். குழி எப்படி இருக்க வேண்டும் என்பதைக் குறித்துச் சொல்லிவிட்டுச் செல்கிறான்.

காலையில் சாப்பிட்ட கால் வயிறு உணவும் வியர்வையாக வெளியேற பசியோடு குழிவெட்டி முடிக்கிறார். அந்த இளைஞன் வேலை எவ்வளவு தூரம் முடிந்திருக்கிறது எனப் பார்க்க வருகிறான். கோபாலிடம் அவர் எந்த ஊர் இங்கு வந்து எத்தனை வருடங்கள் ஆகிவிட்டன என விசாரிக்கிறான். அவரது ஊரை கூகிளில் தேடுகிறவன் அந்த ஊர் தற்போது பீஹாரில் இல்லை ஜார்கண்டில் இருக்கிறது என்பதைச் சொல்லும்போது கோபாலால் அதை நம்ப முடியவில்லை. தன்னைப்போலவே தனது ஊரும் பீஹாரைவிட்டு வெளியேறிவிட்டது போல என்று நினைத்துக் கொள்கிறார்.

தங்களைப் போலவே பீஹாரிலிருந்தும் வெவ்வேறு மாநிலங்களிலிருந்தும் வெளியேறிவிட்ட ஏராளமான மக்கள் நினைத்துப் பார்த்துக் கொள்கிறார்கள். பிழைப்பிற்காகச் சொந்த ஊரைவிட்டு வெளியேறுகிறவனுக்குத் திரும்பி வரும்போது ஊரே இருப்பதில்லை என்றானால் அவன் எதற்காகத் திரும்ப வேண்டும். பழங்குடிகள் காடுகளிலிருந்து துரத்தப்பட்டபின் எல்லா நிலமுமே அவர்களுக்கு அந்நியமானதுதான். தலைக்கு மேல் வானமும் காலுக்குக் கீழ் பூமியும் மட்டுமே சொந்தமாகக் கொண்ட இந்த மக்கள் தமது நிலங்களிலிருந்து நினைவுகளை மட்டுமே எடுத்துச் செல்கிறார்கள். அந்த நினைவுகளில் மகிழ்ச்சி குறைவாகவும் துயரங்கள் அதிகமாகவும் இருக்கின்றன. இலக்கியங்கள் சொல்வது போல் பொற்காலமென ஒன்று எந்த நிலத்திலும் எப்போதும் இருந்ததில்லை. நாம் அப்படி ஒன்று இருந்ததென நம்புகிறோம், அல்லது அப்படியொரு காலம் வருமென லட்சிய வேட்கை கொண்டிருக்கிறோம். ஏதிலிகளுக்குக் கடந்தகாலமும் எதிர்காலமும் இல்லை.

குழியைத் தோண்டி முடித்த கோபால் யாதவ் அடுத்து என்ன செய்ய வேண்டுமெனக் கேட்கிறபோது இரண்டு பெரிய பேரல்களில் எச்சில் பிரியாணியைக் கொண்டு வந்து அந்தக் குழியில் கொட்டுகிறார்கள். பஞ்சாபிலிருந்து வந்த பாசுமதி அரிசி, வெளிநாடுகளிலிருந்து வந்த சமையல்காரர்கள் சமைத்த சுவையான உணவு. ஆனாலும் அங்கு மிஞ்சிப் போனவை. தனக்கு முன்னால் கொட்டப்பட்டதை எல்லாம் கோபால்

நம்ப முடியாமல் பார்த்தபடி நிற்கிறார். ஹாஜியாரின் உறவினர், "அதுல நல்லா ஏறி மிதி பாய்" என்கிறான். தயக்கத்தோடு கோபால் அந்த பிரியாணியின் மீது ஏறி மிதித்து அமுக்குகிறார். "ஒனக்கு ஒரு பொண்ணு இருக்குன்னு சொன்னியே? என்ன செய்யுது?" என அந்த இளைஞன் விசாரிக்க, "செத்துப் போச்சு" என்கிறார். "அடடா... எப்பிடி?" என அவன் சாதாரணமாகக் கேட்க மண்ணைவாரி அந்தக் குழியை மூடியபடியே, "பசியில்" என்கிறார் கோபால்.

கதாபாத்திரங்களின் இயல்பை மீறி எதுவும் நடந்துவிடவில்லை. கதைசொல்லி பசியிலிருந்து விடுதலை வேண்டுமெனப் பிரசாரம் செய்யவில்லை. ஆனாலும் கூரிய வாளொன்றால் நம் இதயத்தைக் கிழிக்கிறது. இந்தக் கதையை வாசித்தபின் ஒவ்வொரு முறை பிரியாணியைச் சாப்பிடும்போதும் பல பேரின் பசியும் ஒட்டிய வயிறுகளும் உங்களுக்கு நினைவுக்கு வரும்.

14. பி.லங்கேஷின் 'ஓய்வுபெற்றவர்கள்'

'எல்லோரிடமும் அதிகாரத்தின் ஒரு பல் இருக்க வேண்டும். எல்லோருக்கும் மற்றவரைக் கடிக்க வேண்டும் என்ற விருப்பம் இருக்கும்.'

- மேரி ஆலிவர், ப்ளூ பாஸ்ச்சர்ஸ்

இந்திய இலக்கியத்தில் ஒவ்வொரு மொழிக்கும் அதற்கான தனித்தன்மையும் பிரத்தியேகமான கதை சொல்லல் முறையும் உண்டு. ஒவ்வொரு காலகட்டத்திலும் கதை சொல்லும் முறையில் பெரும் மாற்றங்கள் நிகழ்ந்தாலும் உள்ளடக்கத்தில் நிகழக்கூடிய மாற்றங்களுக்கு நீண்டகால அவகாசம் பிடிக்கும். விடுதலைக்குப் பிறகான புதிய தேசத்தில் மராத்திய மற்றும் கன்னட இலக்கிய உலகில் நிகழ்ந்த மாற்றங்கள் முக்கியமானவை. அந்த மாற்றம் அந்த மொழிகளுக்கு மட்டுமில்லாமல் ஒட்டுமொத்தத் தேசத்திற்கும் வழிகாட்டியாக இருந்தது. அந்தப் புது வகையான நேரடிவ் என்பது அசலான தலித் இலக்கியத்திற்கு முன்னோடியாக இருந்தது.

இந்தப் புதிய வகை நேரடிவ் வெவ்வேறு குரல்களுக்கான வாய்ப்புகளையும் சாத்தியங்களையும் விரிவுபடுத்தியது. இந்த இரண்டு மொழியின் புனைவுகளை மட்டுமே வைத்துத் தனியாக

ஒரு நூல் எழுதும் விருப்பம் எனக்குண்டு. சில வருடங்களில் அதைச் செய்துவிடுவேன் என்று நம்புகிறேன்.

கடந்த காலத்தைக் குறித்த நினைவேக்கங்களைப் பெரும்பான்மையான புனைவுகள் பேசிக்கொண்டிருந்தபோது தலித் எழுத்தாளர்கள் காட்டிய பாதை கடந்த காலத்தின் மீது மட்டுமில்லாமல் நிகழ்காலத்தின் அரசியல் உரையாடல்களிலும் புதிய புரிதல்களை உருவாக்கியது. இலக்கிய மதிப்பீடுகளுக்குள் அதுவரையிலும் அங்கீகரிக்கப்படாத குரல்களும் மனிதர்களும் பிரவேசித்தனர்.

தேவனூர மஹாதேவ, குவெம்பு, யு ஆர் அனந்தமூர்த்தி, சித்தலிங்கைய்யா, பைரப்பா என ஏராளமான சாதனையாளர்களைக் கொண்ட கன்னட மொழியில் பி.லங்கேஷும் முக்கியமானவர். தனது எழுத்துச் செயல்பாட்டிற்காகவும் களச் செயல்பாட்டிற்காகவும் பெரிதும் கொண்டாடப்பட்டவர். அவருடைய 'ஓய்வு பெற்றவர்கள்' என்ற கதை எழுதப்பட்டு நாற்பது வருடங்கள் கடந்துவிட்டன. ஆனால் இன்றைய சூழலுக்கும் பொருந்தக்கூடியதாக அந்தக் கதை இருக்கிறது. ஒவ்வொரு அரசு அலுவலகமும் வதை முகாமிற்கு ஒப்பானது. அந்த முகாமில் கூடுதல் அதிகாரமிக்கவர் அவரைவிட அதிகாரம் குறைவான அத்தனை பேரையும் இழிவாகப் பார்ப்பார். அடுத்த நிலையில் இருப்பவர் மேலே இருப்பவருக்குக் குனிந்து பழக்கப்படுவதோடு தனக்குக் கீழே இருப்பவர்களை இழிவாகப் பார்ப்பார். இந்த மனநிலை கடைநிலைவரை தொடரும்.

செகாவின் நாய்க்கார சீமாட்டியில் வரும் போலிஸ்காரர் கதாபாத்திரம் ஏன் சாகாவரம் பெற்றதாக இருக்கிறது? ஒரே ஆள் ஒவ்வொரு மனிதருக்கும் வெவ்வேறான முகத்தைக் காட்டுகிறான். அவனது குணநலன்கள் சடாரென மாறக்கூடியது. பழக்கப்படுத்தப்பட்ட நாய்க்கு தன் எஜமானனிடம் வாலாட்டுவதும் சாலையில் செல்கிறவர்களைப் பார்த்துக் குரைப்பதற்கும் மட்டுமே தெரியும். காரில் செல்கிறவர்களைப் பார்த்து அந்த நாயால் குரைக்க முடியாது, இரு சக்கர வாகனத்தில் பார்த்து வீட்டிற்குள்ளிருந்தபடியே குரைக்கும், சைக்கிளில் செல்கிறவனைப் பார்த்து வாசல்வரை வந்து குரைக்கும். நடந்து செல்கிறவனை அந்த வீதி முனை முடியும்வரை விடுவதில்லை. நாய்க்கார சீமாட்டியில் வரும் அந்த போலிஸ்காரர் அப்படிப்பட்ட உதாரணமென்றால் லங்கேஷின் இந்தக் கதையில் வரக்கூடிய இரண்டு கிழவர்கள்

நீண்டகாலம் வதைமுகாமில் கழித்துவிட்டு வந்தவர்கள். அந்தக் கசப்புகளும் தழும்புகளும் அப்படியே இருக்கின்றன. ஆனால், ஒருவர் அதிகாரத்தின் மேல்நிலையில் இருந்தவர், இன்னொருவர் அடுத்த நிலையில் இருந்தவர்.

ஒரு பூங்காவில் மூன்று மனிதர்களுக்கு இடையே நடக்கும் உரையாடலின் வழியாகச் சொல்லப்படும் இந்தக் கதையில், கதைசொல்லி கதைசொல்லியாகவும் இரண்டு கிழவர்களுக்கு இடையில் கதைகேட்பவனாகவும் வருகிறார். அவர் கதை கேட்பதன் வழியாக நாம் கதை கேட்கிறோம். கல்லூரியொன்றில் பேராசிரியராகப் பணியாற்றும் கதைசொல்லி தனது பணியிடத்தில் நிகழும் அதிகாரப் போட்டிகள் அதனைச் சுற்றி நிகழும் அருவருப்பான காய்நகர்த்தல்கள் கணக்கு வழக்குகள் இவற்றைக் குறித்தெல்லாம் கவலைப்படுவதோடு அந்தச் சூழலுக்குப் பயணிப்பதால் தான் இழக்கும் நன்மைகளைக் குறித்துச் சொல்வதிலிருந்து இந்தக் கதை தொடங்குகிறது.

பொதுவெளியில் தனியாக இருக்கும் மனிதன் எவ்வளவு கேலிக்குரியவன்? பணியிடத்தைப் போலவே வெளியுலகிலும் அவரால் எல்லோருடனும் சுமுகமாகப் பழகமுடியவில்லை. எங்குதான் அதிகாரமில்லை? அதனாலேயே எளிமையான வாழ்க்கையை வாழக்கூடிய அவர் அந்தப் பூங்காவில் தனித்த ஓர் இருக்கையில் அமர்ந்திருக்கிறார்.

நடைப்பயிற்சிக்காக வந்த இரண்டு முதியவர்கள் ஓய்வெடுக்க வேண்டி அந்த இருக்கையைப் பகிர்ந்துகொள்ள வருகிறார்கள். நரசிங்கராயர் பிரகலாத ராயர் என்னும் இருவரில் நரசிங்கராயர் தலைமை அதிகாரியாக வேலை செய்து ஓய்வு பெற்றவர். பணிக்காலம் முழுக்க அவருக்குக் கைகட்டி சேவகம் செய்த பிரகலாதர் ஓய்விற்குப் பிறகும் அப்படியே இருக்கிறார். பருத்த உருவமும் சத்தமாகப் பேசக்கூடியவருமான நரசிங்கராயரின் தோற்றமும் நடவடிக்கைகளுமே அவர் எல்லோரையும் அதிகாரம் செய்து பழக்கப்பட்டவர் என்பதை நமக்குக் காட்டிவிடுகிறது. எல்லோரையும் தனது கட்டளைகளுக்குக் கீழ்ப்படியச் செய்பவருக்கு அதற்குரிய உடல்மொழி வந்துவிடுவது போலவே கீழ்ப்படிந்து பழகியவர்களுக்கும் அதற்கான உடல்மொழி வந்துவிடுகிறது.

தங்களுடைய கடந்த காலத்தையும் சொந்த ஊர்ப் பெருமைகளையும்

வாய் ஓயாமல் பேசுகிறவர்களைக் கவனித்துப் பாருங்கள். அவர்கள் விதந்தோதுவது தங்கள் அதிகாரம் பசுமையாக இருந்த நாட்களைத்தான். அதனை மீட்டுக்கொள்ளமுடியவில்லை என்கிற ஏக்கம் ஆழ்மனத்தில் படிந்துவிடுவதாலேயே தங்களது ஊரையோ அடையாளங்களையோ விமர்சிக்கிறவர்களை அவர்களால் மன்னிக்க முடிவதில்லை. கடந்த காலத்தைப் பொற்காலமாகப் பார்க்கப் பழக்கப்பட்ட ஒருவன் ஏதோவொரு வகையில் யாரோ சிலரை அதிகாரம் செய்தவனாக மட்டுமே இருக்க முடியும். இங்கும் நரசிங்கராயர் தனது அலுவலகத்தில் எல்லோரையும் எப்படி ஆட்டிப் படைத்தேன், ஆண் பெண் பேதமில்லாமல் மண்டியிட வைத்தேன் எனப் பெருமையாகச் சொல்ல உடனிருக்கும் லிங்க ராயரும் ஆமாம் சாமி போடுகிறார். உச்சகட்டமாக லிங்க ராயரையும் விட்டுவைக்கவில்லை. லஞ்சம் வாங்கிச் சம்பாதித்து வீடு கட்டியதையும் அதனாலேயே அவரது பெண்ணுக்குத் திருமணமாகாமல் இருப்பதையும் குத்திக் காட்டுகிறார். கதைசொல்லி மேற்கொண்டு அவர்களது உரையாடலில் கலந்துகொள்ளாமல் விலகிவிடுகிறார்.

அடுத்த நாள் நரசிங்கராயருக்கு முன்பாகவே லிங்கராயர் வந்துவிட, முந்தைய நாள் நிகழ்ந்த உரையாடலில் தனக்கு உடன்பாடு இல்லையெனக் கதைசொல்லி சொல்கிறார். லிங்கராயர் தனது முன்னாள் மேலதிகாரியின் உண்மையான குணத்தை விளக்குகிறார். மூன்று திருமணம் செய்து மூன்று பேரும் ஓடிப்போய்விட்டார்கள். சரியான பெண் பித்தன். அலுவலகத்தில் வேலை செய்த பெண் உண்மையில் அவருக்குக் கட்டுப்படவில்லை அவரைச் செருப்பால் அடித்திருக்கிறாள். இப்படி முந்தைய தினம் நரசிங்கராயர் தன்னைப் பற்றிப் பெருமையடித்துக்கொண்ட அவ்வளவும் அருவருப்பான பொய்கள் என்பதைச் சொல்லிக்கொண்டிருக்கையிலேயே தூரத்தில் நரசிங்கர் வருவது தெரிய அவசரமாகக் கதையைச் சொல்லி முடிக்கிறார்.

அவர்கள் தன்னைப் பற்றித்தான் பேசிக்கொண்டிருக்கிறார்கள் என்பதைப் புரிந்துகொண்ட நரசிங்கர் கோபமாக வருகிறார். என்ன பேசினீர்கள் என்று அவர் எரிச்சலுடன் கேட்க, பொதுவாகப் பேசிக்கொண்டதாக இருவரும் சொல்கிறார்கள். அவர் விடுவதாக இல்லை. முந்தைய தினம் லிங்கராயரைக் குறித்துப் பேசியதைத் தொடர அங்கு சூழல் மாறத் தொடங்குகிறது.

உச்சக்கட்டமாக நரசிங்கராயர் பழைய அதிகாரத் தொனியோடு போய் வேர்க்கடலை வாங்கி வரச்சொல்ல, லிங்கராயர் அசையாமல் அப்படியே இருக்கிறார். முன்னைவிடவும் அதிகாரத் தொனியில் அவர் சொல்லும்போது லிங்கராயர் 'சர்தான் போய்யா' என நீண்டகாலமாக அடக்கி வைத்த ஆத்திரத்தை வெளிப்படுத்தி விடுகிறார். அதன்பிறகு இரண்டு பேருமே ஒருவரைக் குறித்து ஒருவர் தகாத விஷயங்கள் பேசி சண்டையிட்டுக்கொள்கிறார்கள். இருவருமே அருவருப்பான மிருகங்களாகிவிடுகிறார்கள்.

குறைவான கதாபாத்திரங்களைக் கொண்டு சொல்லப்பட்டிருக்கும் இந்தக் கதை மனித மனம் அதிகாரச் சுவைக்கு எவ்வளவு ஏங்குகிறது என்பதை நுட்பமாகப் பேசுகிறது. ஒருவன் காலம் முழுக்க அதிகாரம் செலுத்துவது எப்படி குற்றமோ அதனைச் சகித்துக்கொண்டு இருப்பதும் குற்றமே. இந்தச் சிறிய வாழ்க்கையில் பிழைப்பதற்கு நமக்கொரு வேலை அவசியம், ஆனால் சுயமரியாதையை மறந்து அதனைத் தக்கவைக்கப் போராடக் கூடாது. அந்த இரண்டு அதிகாரிகளின் இடத்தில் அரசு குடிமக்கள் அல்லது கணவன் மனைவி என எந்த எதிர்நிலைகளை வைத்தாலும் ஆதாரப் பிரச்சினை ஒன்றாகத்தான் இருக்கும். ஒரு கதையில் எழுத்தாளர் தான் பேச விழைவதை மிகவும் மெல்லிய இழையாக வெளிப்படுத்தும்போது அந்தக் கதை ஆழமான தாக்கத்தை ஏற்படுத்துகிறது.

இந்தக் கதைக்குத் தெளிவான தொடக்கமும் எதிர்பாராத திருப்பமும் இருக்கிறது. ஆனால் கதையை வளர்த்தெடுத்துச் செல்லும் நடுப்பகுதி கதாபாத்திரங்களின் உரையாடல்கள் வழியாகவே கடத்தப்படுகிறது. இதுபோல் ஒரு கதையை வளர்த்தெடுப்பது சவாலான காரியம்.

ஒரு முன்னாள் அதிகாரிக்கும் அவரது உதவியாளருக்குமான அதிகார முரண் புறவயமான கதைமொழியில் சொல்லப்பட்டிருந்தாலும் அந்த அதிகார மனோநிலை இரண்டு நபர்களோடு முடியாமல் வர்க்கம், பாலினம் எல்லாவற்றையும் உள்ளடக்கிய ஒன்றாக விரியும்போது சிறுகதைக்கே உரித்த அகவயமான மடிப்புகளையும் கொண்டதாக மாறுகிறது. இந்த மடிப்புகள்தான் வெவ்வேறு படிநிலைகளில் கதையைப் பொருத்திப் பார்த்து வாசிக்கும் சாத்தியத்தை அளிக்கிறது. மேலோட்டமாகச் சொல்லப்பட்ட

செய்திகளின் கீழ் மறைந்திருக்கும் ரகசியங்கள் முக்கியத்துவம் பெறுகின்றன.

ஒரு கதாபாத்திரத்திடம் தொடங்கும் கதை வேறு கதாபாத்திரங்களுக்குள் பயணித்து அந்தப் புதிய கதாபாத்திரங்களையே ஆதாரப் பிரச்சினைகளை வெளிப்படுத்தப் பயன்படுத்தியிருப்பார் லங்கேஷ். இந்த உத்தியில் கதைசொல்லியின் இடத்தில் வாசகர்கள் எளிமையாக வந்துவிடுவதால் சண்டையிட்டுக் கொள்ளும் கிழவர்களின் அருகில் நாமும் இருக்கிறோம். அந்த நிமிடமே வாசிக்கிறவர்களுக்குள்ளும் இழையோடும் அதிகாரப் பசியும் அதன் காரணமாக நாம் செய்யும் கேலிக்கூத்துகளும் கொம்பு முளைத்து நம்மைக் கேலிசெய்கின்றன.

15. பூர்ணச்சந்திர தேஜஸ்வியின் 'அபச்சூர் போஸ்ட் ஆஃபிஸ்'

'பிறர் மீது கெட்ட எண்ணம் கொள்வது குறித்தும் உங்களை நான் எச்சரிக்கின்றேன். ஏனெனில் கெட்ட எண்ணம்தான் பேச்சுகளிலேயே மிகவும் பொய்யானதாகும். (மற்றவர்களின் குறைகளை) துருவித் துருவி ஆராயாதீர்கள். ஒட்டுக் கேட்காதீர்கள். ஒருவரோடொருவர் பகைத்துக்கொள்ளாதீர்கள். சகோதரர்களாய் இருங்கள்.'

- நபி (ஸல்) அவர்கள்.

கன்னட இலக்கியத்தின் தலைசிறந்த படைப்பாளர்களில் ஒருவரான குவெம்புவின் வாரிசான பூர்ணச்சந்திர தேஜஸ்வி புதிய தலைமுறை கன்னட இலக்கியத்தின் முதன்மையான எழுத்தாளர் வரிசையில் வைத்துப் பார்க்கப்படுபவர். 1973ம் வருடம் அவர் எழுதி வெளியான 'அபச்சூர் போஸ்ட் ஆஃபிஸ்' என்ற சிறுகதை இரண்டு உலகங்களையும் இரண்டு காலகட்டங்களையும் வெளிப்படுத்துகிறது.

மனிதர்கள் எல்லாவற்றையும் ஆச்சரியமாகப் பார்த்த காலமொன்று ஒன்றிருந்தது. சிறிய கிராமத்திற்குள் வரும் புதிய மனிதர்களையும் பொருட்களையும் இயந்திரங்களையும் தங்கள் வாழ்நாளில் கண்ட பெரும் அதிசயமாய் நீண்டகாலம் நினைவு வைத்திருப்பார்கள்.

புதியவற்றின் வருகையைக் கண்டு அதிசயிக்கும் குணம் எல்லா நிலங்களில் வாழ்ந்த மனிதர்களுக்கும் பொதுவானது. மார்க்வெஸின் 'நூற்றாண்டுகால தனிமை' நாவலில் அந்தக் கிராமத்திற்கு ஒரு நாடோடி ஒவ்வொரு பயணத்தின்போதும் ஆச்சரியகரமான பொருட்களை எடுத்துவருவான். வெளியே உலகம் புதியவற்றை நோக்கி நகர்ந்துகொண்டிருக்கிறது, நீங்கள் கடந்த காலத்தில் வாழ்ந்துகொண்டிருக்கிறீர்கள் என்பதை உணர்த்துவதன் அடையாளம் இவை.

தேஜஸ்வி உருவாக்கும் கற்பனையான கிராமத்தில் புதிதாக வருவது ஒரு போஸ்ட் ஆஃபிஸ். யாரும் யாருக்கு வேண்டுமானாலும் கடிதம் அனுப்பலாம். ஆனால், யாருக்கு அனுப்புவது? யாருக்கும் எழுதப் படிக்கத் தெரியாது. அந்த ஊரைச் சேர்ந்தவர்களுக்கு வேறு ஊரில் யாரைத் தெரியும்? போஸ்ட் ஆஃபிசின் வருகையை ஓர் அரசாங்கத்தின் வருகையாக நாம் எடுத்துக்கொள்ளலாம். வேறு எந்த வகையிலும் அரசு அலுவலர்கள் அந்தச் சிறிய கிராமத்திற்கு வருவதில்லை. ஆகக் காவல்துறை உட்பட எல்லா அரசுத் துறையும் அந்த ஊரோடு தொடர்பு ஏற்படுத்திக்கொள்ள ஓர் ஏற்பாடு மட்டுமே இது.

போபண்ணா ஒரு தோட்டத்தில் வேலை செய்கிறான். எஸ்.எஸ்.எல்.சி வரை படித்த அவனை அவனது அத்தை தனது மகளுக்குக் கட்டிவைத்துத் தன்னோடு வைத்துக்கொள்கிறாள். இந்த போஸ்ட் ஆஃபிசைப் பார்த்துக்கொள்ளக் குறைந்தபட்சக் கல்வியறிவு கொண்ட ஒருவர் தேவைப்படுகிறார் என்று வருகிறபோது அவ்வாய்ப்பு போபண்ணாவுக்கு வருகிறது. அவன் தனது வீட்டையே தபால் ஆஃபிசாக மாற்றிக்கொள்கிறான். துரதிர்ஷ்டவசமாக அந்த ஊருக்குக் கடிதங்களே வருவதில்லை. இப்படியே போனால் விரைவில் இந்தத் தபால் ஆஃபிசை மூடிவிடுவோம் என அரசு தரப்பிலிருந்து சொல்லப்படுவதால் போபண்ணா அந்த ஊரில் இருப்பவர்களிடமும் பக்கத்து ஊரில் இருப்பவர்களிடமும் நேரில் சென்று பேசுகிறான். கடிதங்களை அனுப்பச் சொல்லிக் கேட்டுக்கொள்கிறான். சில நாட்களிலேயே அந்த ஊருக்குக் கடிதங்கள் வரத் தொடங்குகின்றன.

இதுவரையிலும் போபண்ணா என்கிற கதாபாத்திரம் வழக்கமானவனாகவும் பெரும்பாலான கதைகளில் நாம் பார்க்கிற ஒருவனாகவும் இருக்கிறான். ஒருநாள் அந்த ஊர் பண்ணையாரின்

மகன் ஒருவனுக்கு வரும் கவரை ரகசியமாகப் பிரித்துப் பார்க்கும் தூண்டுதல் ஏற்படுகிறது. தன்னைக் கட்டுப்படுத்திக்கொள்ள முயன்று முடியாமல் போக அதைப் பிரித்துப் பார்க்கிறான். உள்ளே ஒரு கார்டில் ஒரு பெண்ணின் நிர்வாணப் படம் இருக்கிறது. ஒருபோதும் இல்லாத பரவசத்தை உணர்ந்தவன் அதன்பிறகு எல்லாக் கடிதங்களின் மீதும் ஆர்வம் செலுத்துகிறான். அந்த ஊருக்கு வரும் கடிதங்கள் தபால் ஆஃபிசிலேயே கிடப்பதால் எல்லோருடைய கடிதங்களையும் எல்லோரும் வாசிக்கிறார்கள்.

நவீனத்தின் வருகையைக் கிராமங்கள் அச்சத்தோடு எதிர்கொண்டுதான் கடந்து வந்திருக்கின்றன. முதல் வானொலியை, முதல் தொலைபேசியை, முதல் திரைப்படத்தை என எல்லாவற்றிற்கும் பழகியதற்குப் பின்னால் பலநூறு கதைகள் நம்மிடம் உண்டு. இந்தக் கதையில் ஓர் அஞ்சல் நிலையத்தின் வருகை என்பது முதலில் அவர்களுக்கு அனாவசியமான ஒன்றாக இருக்கிறது. போபண்ணா அந்த வேலையைக் கிசுகிசுக்கள் வழியாகவும் பிறரது அந்தரங்கங்களைப் பகிர்ந்துகொள்வதற்கான ஊடகமாகவும் பயன்படுத்தும்போது கிராமத்து மனிதர்கள் வசீகரிக்கப்படுகிறார்கள். இந்தத் திடீர் கவனம் போபண்ணாவைப் புதிய மனிதனாகவும் ஆற்றல்மிக்கவனாகவும் உணர வைக்கிறது. தனக்குக் கிடைத்த அதிகாரமாக அதை நம்பும் அவன் ஊர்க்காரர்களிடமும் தனது குடும்பத்தினரிடமும் எப்போதும் மிடுக்குடனேயே இருக்கிறான்.

அந்த ஊரைச் சேர்ந்து ஒரு தொழிலாளியின் மனைவியும் மகளும் இன்னொரு ஊரில் வசிக்கிறார்கள். அந்த மகளைக் குறித்த அந்தரங்கமான செய்தியொன்றைக் கடிதத்தில் எழுதி யாரோ அனுப்பிவிட அந்தக் கடிதத்தை இந்தக் கிராமத்தினர் எல்லோரும் வாசித்துவிடுகிறார்கள். போபண்ணா குறிப்பிட்ட அந்தக் கடிதத்தை அந்தத் தொழிலாளியிடம் கொடுப்பதற்காகத் தேடும்போது அவரைக் கண்டுபிடிக்க முடியவில்லை. இதற்குள் அவரது மகளைக் குறித்த கதைகள் எல்லோராலும் பேசப்பட்டு காற்றில் கலந்து பக்கத்து ஊர்களுக்கும் பரவிவிடுகிறது.

மனிதர்களுக்கு அருவருப்பின் மீது அந்தரங்கமான ஓர் ஈர்ப்புண்டு. ஆனால் வெளிப்படுத்திக்கொள்வதில்லை. பிறரது அந்தரங்கங்களைப் பேசித் தீர்ப்பதன் வழியாக அந்த அருவருப்பின் சுவையைத்தான் அனுபவித்துக்கொள்கிறார்கள்.

இதில் உச்சக்கட்டமாக போபண்ணா அந்தக் குறிப்பிட்ட கடிதம் மங்கிவிட்டதென அதிலிருந்த செய்தியை நகலெடுத்து ஒரு புதிய கடிதம் எழுதுகிறான். அதனை அந்தத் தொழிலாளி இருக்கும் இடத்தை விசாரித்து அனுப்பிவைக்கிறான்.

தனது மருமகன் போபண்ணாவின் இந்த அருவருப்பான செயல்களைக் குறித்துக் கவலைகொள்ளும் அவனது மாமியார் தமது மகளைக் கண்டிக்கிறார். இதன் காரணமாக போபண்ணாவுக்கும் அவனது மனைவிக்கும் அடிக்கடி வாக்குவாதங்கள் உண்டாகி இருவரும் பேசுவதை நிறுத்திவிடுகிறார்கள். உச்சக்கட்டமாகத் தனது மகளின் திருமணத்திற்கு வாங்கிய கடனை போபண்ணாதான் அடைக்க வேண்டுமென அவர் மாமியார் தகராறு செய்து அவனை ஒப்புக்கொள்ள வைத்துவிடுகிறாள். தனது வேலையையும் சின்னஞ்சிறிய அதிகாரத்தையும் முழுமையாக அனுபவிக்க முடியாத ஏமாற்றத்தில் போபண்ணா வீட்டிற்கு வருவதைக் குறைத்துக்கொள்கிறான்.

இந்தச் சூழ்நிலையில் அந்தத் தொழிலாளி ஒருநாள் ஆட்களைத் திரட்டிக்கொண்டு போபண்ணாவின் வீட்டிற்கு வருகிறார். போபண்ணா நகலெடுத்த கடிதம் வெவ்வேறு ஊர்களுக்குப் பயணித்து அந்தத் தொழிலாளியின் மகள் குறித்த வதந்தி ஊரறிந்த செய்தியாகிவிட்டது. தன் மகளுக்கு வரன் பார்ப்பதற்காக அலைந்த அந்தத் தொழிலாளி இனி யார் தனது மகளைத் திருமணம் செய்துகொள்வார்கள் என்று சண்டையிடுகிறான். அவனுக்கு ஆதரவாக வந்தவர்களும் ஆத்திரத்தில் சண்டையிடுகிறார்கள். தனது மருமகனைப் பழிதீர்க்கத் தக்க சமயம் பார்த்துக் கொண்டிருந்த போபண்ணாவின் மாமியார், ஊர்க்காரர்களுடன் சேர்ந்துகொள்கிறாள். தமக்கு ஆதரவாக ஒருவரும் இல்லை என்கிற ஆத்திரத்தில் வன்முறையில் இறங்கும் போபண்ணா, எதிரிலிருந்தவர்களை அடித்து வீழ்த்திவிட்டு அங்கிருந்து தப்பிக்கிறான்.

போஸ்ட் ஆஃபிஸ் என்பது அதிகாரத்தின் சின்னமாகவும் போஸ்ட் மாஸ்டர் அதிகாரியின் சின்னமாகவும் இந்தக் கதையில் இருக்கிறார்கள். மக்களின் தேவைகளைப் புரிந்துகொள்ளாமல் செய்யப்படும் எல்லா மாற்றங்களும் கேலிக்கூத்தாகவே முடிகின்றன. புதிய கண்டுபிடிப்புகளின் மீது அச்சம் கலந்த ஆர்வம் எப்போதும் மனிதர்களுக்கு உண்டு. அது இன்றுவரையிலும்

தொடர்கிறது. தகவல்தொடர்பு சாதனங்களையும் ஊடகங்களையும் நன்மைக்குப் பயன்படுத்துவதைக் காட்டிலும் அதிகமும் தீமைக்கே பயன்படுத்துகிறோம். இன்றைக்குத் தனிமனிதனின் அந்தரங்கத்திற்குப் பெரும் விலை கிடைக்கிறது. நமக்கே தெரியாமல் நமது விவரங்கள் விற்கப்படுகின்றன. நம்மைப் பற்றிய கதைகள் நமக்கே தெரியாத ஒரு மனிதனை உருவாக்கி அதுதான் நிஜமென சமூகத்தால் நம்பவைக்கப்படுகிறது.

சில வருடங்களுக்கு முன் எனது தோழி ஒருவர் திடீரென என்னுடனான் நட்பை முறித்துக்கொண்டார். காரணம் தெரிந்துகொள்ள வேண்டி நான் அவரைத் தொடர்பு கொண்டபோது அவருக்கு வேண்டிய இன்னொரு நண்பரின் துணைவியாருடன் நான் சமூக ஊடகங்களில் அத்துமீறிப் பேசிவிட்டதாகக் குற்றச்சாட்டு. ஆனால் உண்மையில் அப்படி ஒருவரை எனக்கு யாரென்றே தெரியாது. நானும் நீண்ட நேரமாக யோசித்து அந்தப் பெண்ணின் பக்கத்தில் பார்த்தால் அவர் ஒரே ஒருமுறை எனது நாவலை வாசித்து அது தனக்கு மிகவும் பிடித்துள்ளதாகச் செய்தி அனுப்பி இருக்கிறார். நான் நன்றி என்று சொல்லி இருக்கிறேன். ஒட்டுமொத்த உரையாடலே இவ்வளவுதான். அவர் ஏன் முகம் தெரியாத என்மீது இப்படியொரு குற்றச்சாட்டை வைக்க வேண்டுமென இன்றுவரை எனக்குத் தெரியவில்லை. இதனை முதலில் நான் பொருட்படுத்தவில்லை. ஆனால் இதுபோல் அங்கும் இங்குமாக நிறையபேர் கிசுகிசுப்பது தெரிந்தபின் நடந்த எல்லாவற்றையும் ஆதாரங்களோடு எழுதினேன். எனது கதைகளில் வருகிற உரையாடல்கள் காமம் தொடர்பான செய்திகள் வாசிக்கிறவர்களை என்னவிதமாகச் சென்றடைகின்றன எனத் தெரியவில்லை. ஆனால், பெரும்பாலானவர்கள் அந்தக் கதைகளில் இருப்பதெல்லாம் நான் என்றும் அதில் வரும் எல்லாமே நான் செய்தவைதான் என நம்புவதன் நீட்சிதான் இந்தக் கிசுகிசுக்கள். ஒரு சராசரி குடும்பஸ்தனை இந்தக் கிசுகிசுக்கள் நிர்மூலமாக்கிவிடும். அவன் தனது நன்மதிப்பை இழப்பதோடு சமூகத்தில் தனது செயல்களுக்கு ஈட்ட வேண்டிய நியாயமான அங்கீகாரங்களை இழக்கிறான். ஒரு படைப்பாளியாக இதுபோன்ற கிசுகிசுக்களால் நான் எனது உழைப்பிற்குக் கிடைக்க வேண்டிய நியாயமான அங்கீகாரத்தைப் பல நேரங்களில் இழந்திருக்கிறேன் என்பதுதான் நிஜம்.

இந்தக் கதையில் இன்னொருவரின் அந்தரங்கத்தால் ஏன் மனிதர்கள் உந்தப்படுகிறார்கள் என யோசித்தபோது நான் எனக்கு நடந்தவற்றையெல்லாம் சேர்த்து யோசித்துப் பார்க்கிறேன். மனிதர்கள் இன்று நிறையச் சம்பாதிக்கிறார்கள். ஆனால் தனிமையில் இருக்கிறார்கள். தன்னை மற்றவர்கள் கவனிக்க வேண்டுமென விரும்புகிறார்கள். அப்படி நிகழாமல் போகும்போது சீண்டப்படுகிறார்கள். இந்தக் கதையில் அந்தக் கிராமமும் மக்களும் தனித்துவிடப்பட்டிருக்கிறார்கள். அதனாலேயே கிசுகிசுக்கள் அவர்களை உயிர்ப்போடு வைக்கின்றன. எதைக் குறித்தும் சிந்திக்காமல் இருப்பதைவிடவும் அபத்தங்களைக் குறித்து மகிழ்ச்சியடைவது முக்கியமாகப்படுகிறது. இந்தச் சமூக அமைப்பிற்குள் அவர்கள் எந்த அர்த்தத்தையும் தேடவில்லை. தங்களுக்கான சிறிய இடத்தை உறுதிசெய்துகொள்ள விரும்புகிறார்கள்.

இந்தச் சமூகம் குறை நிறைகளோடுதான் இருக்கிறது. ஆனால் எப்போதும் குறைகளை அது வெளிக்காட்ட விரும்புவதில்லை. ஒரு கலைஞன் எந்தக் கட்டுப்பாடுகளும் இல்லாமல் இந்த அவலங்களை எழுதவேண்டும். தேஜஸ்வியின் கதை மொழியானது மக்கள் எத்தனை அபத்தமானவர்களோ அதேயளவிற்கு அரசும் அபத்தமாகவே நடந்துகொண்டிருப்பதைக் காட்சிப்படுத்தி இருக்கிறது. மனிதர்கள் தமக்குப் பயன்படுமென உருவாக்கும் எல்லாமே அவனை அர்த்தமில்லாத புதிர் விளையாட்டுகளுக்குள் தள்ளிவிடுகின்றன. சிலர் அதில் தந்திரமாக விளையாடித் தப்பிக்கிறார்கள். பெரும்பாலானவர்களுக்கு அந்தப் புதிர் வட்டப்பாதையே போதுமானதாக இருப்பதால் அவர்கள் ஒருபோதும் அதிலிருந்து வெளியேறுவதில்லை.

16. சரண்குமார் லிம்பாலேவின் 'தலித் பார்ப்பனன்'

'இழந்த உரிமைகளை, இறைஞ்சி மன்றாடியோ அல்லது அவற்றைப் பறித்துக்கொள்பவர்களின் மனச்சான்றுகளுக்கு வேண்டுகோள் விடுத்தோ பெறமுடியாது. இடைவிடாத உக்கிரமான போராட்டத்தின் மூலமே அவற்றை ஈட்டமுடியும்.'

- டாக்டர் பி.ஆர். அம்பேத்கர்.

மராத்தி மொழியில் தலித் மக்கள் மற்றும் இயக்கங்களின் எழுச்சி, நாடகம், நாடகம் எழுத்து எனக் கலை சாதனங்களிலும் ஆழமான தாக்கத்தை ஏற்படுத்தியது. இந்திய அறிவுசார் சமூகத்தில் ஒடுக்கப்பட்டோருக்கான குரலை அழுத்தமாகப் பதிவுசெய்ததோடு புதிய அழகியலையும் கதைசொல்லல் முறையையும் மராத்திய எழுத்தாளர்கள் உருவாக்கிக்கொடுத்தார்கள். தயாபவார், அர்ஜுன் டாங்ளே, அன்னா பாவ் சாத்தே, நாராயண் சர்வே, நாம்தியோ தாசல் என மாபெரும் சாதனையாளர்களில் சரண்குமார் லிம்பாலேவும் ஒருவர். ஒருபுறம் பாபாசாகேப் அம்பேத்கர் தொடங்கி மிகப்பெரும் தலித் எழுச்சியை வழிநடத்திய ஏராளமான ஆளுமைகளும் இன்னொருபுறம் சாவர்க்கர், கோட்சே தொடங்கி இந்துத்துவ கும்பலுமாக உருவாகிய மராத்திய மண்ணிலிருந்து

வரும் கலை இலக்கியங்களை நாம் கூர்ந்து வாசிக்க வேண்டியது அவசியம்.

கடுமையான எதிர்ப்புகளும் அச்சுறுத்தல்களும் நிரம்பிய சூழலிலிருந்து உருவான இந்த தலித் எழுத்தாளர்கள்தான் இந்திய தலித் இலக்கியத்தின் தனித்துவமான பாதையை உருவாக்கித் தந்திருக்கிறார்கள்.

'அனார்யா' என்னும் தனது தன்வரலாற்று நூலை எழுதியதன் மூலம் லிம்பாலே பத்து வருடங்களுக்கும் மேலாகத் தன் சொந்த ஊருக்குள் அனுமதிக்கப்படவில்லை. 'அனார்யா' லிம்பாலேவின் சொந்த ஊரிலிருந்த சாதிய இறுக்கங்களையும், தீண்டாமையின் காரணமாக ஒடுக்கப்பட்ட மக்கள் அடிப்படை வசதிகளுக்கோ போராட்டங்களை எதிர்கொண்டதையும் விவரிக்கும் நூல்.

கவிதைகள், கட்டுரைகள், நாவல்கள், சிறுகதைகள், தன் வரலாற்று நூல் என முப்பத்தைந்துக்கும் மேற்பட்ட நூல்களை எழுதியிருக்கும் லிம்பாலே நான் அதிகம் மதிக்கும் இந்திய எழுத்தாளர்களில் ஒருவர். ஒரு தலைமுறையின் சிந்தனையில் தாக்கத்தை ஏற்படுத்தக் கூடிய எழுத்தாளர்கள் அபூர்வமாகவே இந்தச் சமூகத்தில் வருகிறார்கள். லிம்பாலேவின் வருகை என்பது கலையை அரசியல் செயல்பாடாக மாற்றியதில் முக்கியமானது.

தலித் பார்ப்பனன் என்னும் இந்தச் சிறுகதை ஓர் ஒடுக்கப்பட்ட மனிதன் தனக்கான இடத்தையும் அடையாளத்தையும் உருவாக்கிக் கொள்ள எத்தனை போராட்டங்களைக் கடக்க வேண்டியிருக்கிறது என்பதைப் பேசுகிறது. அந்தப் போராட்டங்களுக்கு நடுவே அவன் எதிர்கொள்ளும் நிர்ப்பந்தங்கள் ஏமாற்றங்கள் அவமானங்கள் தற்காலிகமாகப் போட்டுக்கொள்ளும் வேடங்கள் என எல்லாமே கூர்மையான விமர்சனங்களோடும் எளிதில் கடந்துவிட முடியாத அங்கத மொழியிலும் சொல்லப்பட்டுள்ளது.

லிம்பாலேவின் பெரும்பாலான புனைவுகளிலும் கதை மொழி நேரடியாகவே இருக்கிறது. அவர் ஒரு சூழலையோ கதாபாத்திரத்தையோ நமக்கு உணர்த்தப் பண்படுத்தப்பட்ட மொழியைப் பயன்படுத்துவதில்லை. கவித்துவமான உவமைகளோ வசீகரிக்கும் திருப்பங்களோ அவர் கதைகளில் இருப்பதில்லை. அனார்யாவில் வரும் பாட்டி சுவரில் எரு தட்டி வைக்கப்பட்டிருக்கும் சாணத்தைப் பிய்த்து அதனை நீரில்

கரைத்து அதிலிருந்து உலர்ந்த சோளத்தைப் பிரித்து எடுத்துச் சாப்பிடுகிறாள். இப்படியொரு காட்சி இதுவரையிலான இலக்கிய நூல்கள் நமக்குக் காட்டும் உண்மைகளிலிருந்து வேறொன்றைக் காட்டுகிறது.

ஒருவரின் உணவு, செயல்பாடுகள், உடை இவற்றைக்கொண்டு அவரது சமூக அடையாளத்தை மதிப்பிடுவதும், அதன் காரணமாகவே விலகலை மேற்கொள்வதும் இன்றளவும் இந்தியச் சமூகத்தில் தீராத நோயாக இருக்கிறது. இதனால்தான் மைய நீரோட்டத்தில் இணைய விரும்பும் ஒருவன் அதிகம் விதந்தோதப்படும் அடையாளங்களைத் தன் மீது போர்த்திக் கொள்ள விரும்புகிறான்.

இந்தக் கதையின் நாயகன் தலித் சமூகத்தில் பிறந்தபோதும் கல்வியறிவின் காரணமாகவும் அவனுக்குக் கிடைக்கும் வாய்ப்புகளின் மூலமாகவும் தனது சூழலிலிருந்து விடுபட்டு சாதி இந்துக்கள் வசிக்கும் பகுதியில் குடியேறுகிறான். சொல்லப்போனால் இந்த இடப்பெயர்வே அவனைத் தேடி வரும் சாதி இந்துக்களின் நிர்ப்பந்தத்தினால்தான் நடக்கிறது. வேர்களிலிருந்து துண்டித்துக் கொள்ளும் எந்த மரங்களும் செழித்து வளர்வதில்லை. அவனும் அப்படியான குழப்படிகளில் சிக்கிக்கொள்கிறான். தற்காலிகமாகக் கிடைக்கும் புகழும் சிறிய அங்கீகாரங்களும் அவனுக்கு தான் எடுத்தது சரியான முடிவுதான் என நினைக்கச் செய்கிறது. ஆனால் இந்த இடப்பெயர்ச்சி தனக்கான அங்கீகாரமோ சமூக ஏற்போ அல்ல என்பதை அவன் தாமதமாகவே உணர்ந்துகொள்கிறான்.

லிம்பாலேவின் இன்னொரு கதையில் ஒரு பேராசிரியர் தன்னிடம் படிக்கும் தலித் மாணவனின் மீது பேரன்போடு பழகுகிறார். அவனது வாழ்க்கைக் கதையைப் பரிவோடு கேட்கிறார். சில மாதங்களுக்குப்பின் அவரது பெயரில் வரும் நூலை வாசிக்கும் அந்த மாணவன் அதிர்ந்து போகிறான். அது அவனது வாழ்க்கைக் கதை. அவனே அவரிடம் சொல்லிய கதை. தனக்குச் சிறிய அங்கீகாரம் கிடைக்கக் கூடுமென்றால் இன்னொருவரின் அடையாளத்தையும் சிந்தனையையும்கூட திருடுவதற்கு ஒருவர் எவ்வளவு மெனக்கெடுகிறார் என அந்தக் கதையில் சொல்லப்பட்டிருக்கும். இந்தக் கதையில் அந்த அரசியல் இன்னும் விலாவாரியாக வருகிறது.

லிம்பாலேவின் கதைகள் ஆதிக்கச் சாதியினர் காட்டும் சாதிய பேதங்களை மட்டுமில்லாமல் ஒடுக்கப்பட்ட மக்களுக்குள்ளேயே நடக்கும் முரண்களையும் பேசுகிறது. இந்தக் கதையில் வரும் நாயகனைப்போல் சிலர் தங்களது அடையாளங்களிலிருந்து துண்டித்துக்கொண்டு புதிய முகங்களை அணிந்துகொள்ள விரும்புவதைத் தனது கதைகளில் தொடர்ந்து விமர்சிப்பவராக இருக்கிறார் லிம்பாலே. இந்தக் கதையில் காம்ப்ளே கதையின் நாயகனிடம் சொல்வதாக வரும் ஓர் இடத்தில்–

"உன்னைச் சுத்தி இருக்கிற சூழல் உன்னைத் துருப்பிடிக்க வச்சிக்கிட்டிருக்கு. நீ தீந்துகிட்டிருக்க. நீ ஒரு தலித் பார்ப்பானா மாறிட்டே" என்கிறான்.

அவன் அப்படிச் சொல்வதற்குக் காரணங்கள் இருக்கின்றன. நாயகன் அவனைத் தனது புதிய வீட்டில் சந்திப்பதைத் தவிர்க்கிறான். காம்ப்ளேவிடம் அப்பட்டமாகத் தெரியும் மஹர் சாதி அடையாளத்தைக் கொண்டு தன்னையும் கண்டுபிடித்துவிடுவார்கள் என்கிற தயக்கமே காரணம்.

கதையின் நாயகன் பல்வேறு ஊர்களில் பேசுவதற்கு விருந்தினராக அழைக்கப்படுகிறான். அவனுக்குப் பெரும் அங்கீகாரங்கள் கிடைக்கின்றன. பத்திரிகைகளில் அவனது பெயர் வருகிறது. ஆனால் இவையெல்லாமே தற்காலிகமானவை. எந்த வெளிச்சமும் அவனுக்கான சமூக அங்கீகாரத்தைத் தந்துவிடவில்லை. மற்றவர்களால் சீண்டப்படும் தருணங்களிலோ, நமது வாழ்க்கைப் போராட்டங்களிலிருந்து மீளத் துடிக்கும் நிமிடத்திலோ நாம் இந்த உலகத்தையே வென்று நாம் யாரென மற்றவர்களுக்குக் காட்டிவிட வேண்டுமெனத் துடிக்கிறோம். உண்மையில் வெல்லும் போதல்ல, அந்த வெற்றிக்குப் பின்னாலும் நாம் என்னவாக இருக்கிறோம் என்பதில்தான் நாம் யார் என்கிற நிஜம் இருக்கிறது. சமூக விடுதலைக்காக மக்களுடன் நிற்காத பொருளாதார வெற்றி நீர்க்குமிழியைப் போன்றது. சின்னதாகக் காற்றடித்தாலும் அந்தக் குமிழி உடைந்துவிடும்.

கதையின் நாயகன் தன்னை நியாயப்படுத்திக்கொள்ளும் விதமாக ஓரிடத்தில் இப்படிச் சொல்கிறான்.

"எனக்குன்னு எல்லைகள் இருக்கு, ஒரு வெகுஜனப் போராட்டத்துல ஒவ்வொருத்தரோட பங்கும் வரையறுக்கப்பட்டிருக்கு. இயக்கத்

தொண்டன் என்பவன் வெகுஜனப் போராட்டத்துல நேரடியா பங்கெடுத்துக்கணும் எழுத்தாளங்கிறவன் பண்பாட்டுத் தளத்துல தன்னோட எழுத்துகள் மூலமாகவும், பேச்சுகள் மூலமாகவும் தலித்துகளோட நிலைமையை வன்மையாக முன்னெடுத்துக்கிட்டு போகவேண்டியிருக்கு. இந்த இலக்க நோக்கித்தான் தொடர்ந்துகிட்டிருக்கேன். அதே நேரத்துல தலித் விடுதலைக்கு எதிராக எதையும் செஞ்சுடாமே கவனமா இருக்கேன்."

இந்த வாதம் எத்தனை போலித்தனமானது என்பதை அவன் உணர்ந்திருந்தபோதும் அவனது சூழல் அப்படிச் சொல்ல வைக்கிறது. எதிர்ப்பினை மறக்கும்போதே நாம் முழுமையான விடுதலையையும் கைவிடுகிறோம். தன்னை ஒடுக்குகிறவனோடு சமாதானமாகக் கைகுலுக்கிக்கொள்வதென்பதும் வன்முறைதான்.

இந்தக் கதை மட்டுமில்லாமல் இந்தத் தொகுப்பிலுள்ள பிற கதைகளும் எழுதப்பட்டு இருபத்தைந்து வருடங்கள் கடந்துவிட்டன. ஆனால், இதில் வரும் சம்பவங்களும் உரையாடல்களும் இன்றளவிலும் நடக்கக்கூடியவையாக இருக்கின்றன. இந்தக் கதையின் இறுதிப் பகுதியில் நாயகன் ஓர் ஆதிக்கச் சாதிக்காரரின் வீட்டிற்கு விருந்துக்கு அழைக்கப்படுகிறான். அங்கு அவனோடு படம் எடுத்துக்கொள்கிறார்கள். பிறகு எல்லோரும் உணவருந்துகிறார்கள். காம்ப்ளே நாயகனிடம், 'நீ கவனிச்சியா ஒனக்குக் குடுக்கற தட்டு கரண்டி எல்லாம் அவங்க பயன்படுத்தறது மாதிரி இல்லாம வேற மாதிரி இருக்கறத...' என்கிறான்.

நாயகனுக்கு அந்தக் கசப்பான உண்மை புரிகிறது. அவன் இதற்கு முன்பு இங்கு வந்தபோதெல்லாம் அவனுக்குப் பரிமாறப்படும் பாத்திரங்கள் தனியாக எடுத்துச் செல்லப்படுவதையும் அவை மற்றவர்களுக்குக் கொடுப்பதிலிருந்து வேறாக இருப்பதையும் நினைவுகூர்கிறான். சாதி தன் முதுகுக்குப் பின்னால் எப்போதும் திறந்த கண்களோடு இருக்கிற உண்மை சுடுகிறது. இந்தக் கதையின் இறுதிப் பகுதி எனது தனிப்பட்ட வாழ்வில் நான் ஒருபோதும் மறக்கமுடியாத ஒரு சம்பவத்தை எனக்கு நினைவுபடுத்தியது.

எனக்கு அப்போது இருபது வயதிருக்கலாம். எழுதத் தொடங்கியிருந்த காலம். எனது நண்பர் ஒருவர் நல்ல வேலையில் இருந்தார். ஓரளவு வசதியான குடும்பம். அவருக்குத் திருமணம் பெரிய அளவில் நடந்தது. அவர் அப்போது வசித்தது நகரில்

ஓரளவு படித்த வசதியான குடும்பத்தினர் வசிக்கக்கூடிய பகுதி. திருமணக் கொண்டாட்டத்தின் ஒரு பகுதியாக அவரது குடும்பத்தினர் தங்களது அண்டை வீட்டார்களுக்கு இனிப்புப் பதார்த்தங்களைக் கொடுத்திருந்தனர். அடுத்த நாள் காலை அவரது தாயார் குப்பை கொட்டுவதற்காகச் சென்றபோது அந்தத் தெரு குப்பைத் தொட்டியில் பிரிக்கப்படாத இனிப்புப் பொட்டலங்கள். எல்லாம் இவர்கள் கொடுத்தது. அந்தத் தாயாரின் மனம் எவ்வளவு உடைந்திருக்கும்? கல்வி மனிதர்களைப் பண்படுத்துவதாக நம்புவதெல்லாம் பொய் என்று நான் உணர்ந்துகொண்ட முதல் தருணம் அது. சாதிதான் இந்தியச் சமூகத்தின் ஆகப்பெரும் நோய். பல நூறு ஆண்டுகளாக மனித மனங்களுக்குள் வேரூன்றிவிட்ட அந்த நோயைக் குணப்படுத்த நாம் தீவிரமாகச் செயலாற்றத்தான் வேண்டும்.

லிம்பாலேவின் கதைகள் தனித்துத் தெரியக் காரணம் அவரது கதாபாத்திரங்கள். அவர்கள் எந்தவிதத் தணிக்கையும் இல்லாமல் தத்தமது இயல்பிலேயே வெளிப்படுகிறார்கள். தமது தேவைகளுக்காகச் சமரசம் செய்துகொள்ளும்போது மனிதன் அருவருப்பானவனாக மாறிவிடுகிறான். தம்மை முற்போக்காளராகக் காட்டிக்கொள்வதில் சாதி இந்துக்கள் நிறைய மெனக்கெடுகிறார்கள். ஆனால், பெரும்பாலும் அந்த முயற்சியில் தோற்று எப்படியாவது அம்பலப்பட்டுவிடுகிறார்கள். லிம்பாலேவின் கதைகளில் வெவ்வேறு இடங்களில் இது மீண்டும் மீண்டும் வெளிப்படுகிறது.

யதார்த்தவாதக் கதைகள் பெரும்பாலும் ஒடுக்கப்பட்டவனை விக்டிமாகச் சித்தரிக்கக் கூடியதாக மட்டுமே எழுதப்படும். போராட்டங்கள் தனி மனிதனைச் சமூக நீக்கம் செய்துவிடும் என்கிற அச்சத்தை உருவாக்கி மைய நீரோட்டத்தோடு சமாதானமாகவும் அணுக்கமாகவும் நடந்துகொள்ளத் தூண்டும். இந்த அரசியல் நீக்கத்தைக் கடுமையாக எதிர்க்கக்கூடியவையாக இருக்கின்றன லிம்பாலேவின் கதைகள்.

17. அதுலானந்த கோஸ்வாமியின் ‘முரடன்’

‘ஒரு யானை கொல்லப்படும்போது அந்தக் காடும் அழிக்கப்படுகிறது.’

– ‘யானை’ சிறுகதையிலிருந்து

விலங்குகளில் அரசன் யானை. சிறுவயது முதலே யானைகளின் மீது எனக்குப் பெருங்காதலுண்டு. வீதியில் பாகனின் கட்டுப்பாட்டில் அழைத்துவரப்படும் யானையில் கருணை மிக்க கண்களைக் கண்டு உறங்க முடியாமல் கிடந்திருக்கிறேன். நிலத்தில் வாழும் உயிரினங்களில் பிரம்மாண்டமான அந்த மிருகத்தை மனிதன் பிச்சையெடுப்பதற்காகப் பழக்கப்படுத்தியதுதான் மனித இனத்தின் மாபெரும் அவமானம்.

ஒரு யானை தன் நினைவுகளில் பெருங்காட்டைச் சுமந்திருக்கிறது. இயல்பிலேயே கூட்டமாக வாழப் பழக்கப்பட்ட அந்த ஜீவனை மனிதர்கள் சுற்றுலாப் பயணிகளைத் தூக்கிச் செல்லவும், கோவில்களில் அலங்காரத்திற்கு நிற்க வைக்கவும், வீதி வீதியாக அழைத்துச் சென்று பிச்சையெடுக்க வைக்கவும் ஏன் பழக்குகிறார்கள்? ஓர் அரசன் பிச்சையெடுக்கும் சித்திரத்தை உங்களால் கற்பனை செய்ய முடிகிறதா? சூழலியல் தொடர்ச்சியில் யானைகள்தான் முக்கியமான பங்களிப்பைச் செய்கின்றன.

நாளொன்றுக்கு நாற்பது கிலோமீட்டர் தூரம் நடக்கக்கூடிய யானைகளின் சாணத்திலிருந்து புதிய செடிகள் முளைக்கின்றன. ஒரு காடு வளமாக இருப்பதற்கு யானைகள் இருக்க வேண்டியது அவசியம். இந்தப் பூமி ஆரோக்கியமாக சுவாசிக்க, காடு முக்கியமென்றால், அந்தக் காடு அதன் பசுமையை இழக்காமல் இருக்க யானைகளும் முக்கியம்.

விலங்குகளின் மீதும் இயற்கையின் மீதும் மனிதர்கள் நிகழ்த்தும் வன்முறைகள் ஏராளம். மனிதர்களின் பேராசை காரணமாகக் காடுகள் வேகமாக அழிக்கப்படுவதோடு, மிருகங்களும் கொல்லப்படுகின்றன. தந்தத்தில் செய்யும் அலங்காரப் பொருட்களுக்காகக் காட்டில் யானைகள் கொல்லப்படுகின்றன. இந்தியா, மியான்மர், தாய்லாந்து, இலங்கை மற்றும் ஆப்பிரிக்காவின் ஏராளமான நாடுகளிள் யானை வேட்டை இன்றளவும் நடந்து வருகிறது.

மனிதனின் பேராசை காரணமாகக் காடுகள் திருத்தப்பட்டு சொகுசு விடுதிகள் கட்டப்படுவதும், சுற்றுலா காரணங்களுக்காக மிருகங்கள் துரத்தப்படுவதும் மூன்றாம் உலக நாடுகளில் அதிகரித்து வருகின்றன. மேற்கத்திய நாடுகளைச் சேர்ந்தவர்கள் தங்களது நாடுகளில் தங்கள் தாவரப் பரப்பளவைப் பாதுகாப்பாக வைத்திருக்க அவ்வளவு மெனக்கெடுவார்கள். ஆனால் ஆப்பிரிக்காவிலும் ஆசியாவிலும் அவர்களுக்கு யானைள் சவாரி செய்ய வேண்டும். அவர்களது ஒப்பனைப் பொருட்களுக்காக இந்தோனேஷியக் காடுகளில் குரங்குகள் கொல்லப்பட வேண்டும். அவர்களது வீட்டு மேசை கட்டில்களுக்கு ஆசிய காடுகள் அழிக்கப்பட வேண்டும். இவ்வளவையும் தயக்கமின்றிச் செய்யக்கூடிய இவர்கள்தான் மூன்றாம் உலக நாடுகளில் சூழலியல் குறித்த வகுப்பெடுப்பார்கள்.

இந்தியாவில் யானைகள் அதிகம் வாழும் மாநிலங்களில் அஸ்ஸாமும் கேரளாவும் முதலிடத்தில் இருக்கின்றன. நான் இந்த இரண்டு மாநிலங்களிலுமே யானைகளைப் பார்த்திருக்கிறேன். அந்தப் பிரம்மாண்டத்தை ஒருமுறை பார்த்துவிட்டால் வாழ்க்கை முழுவதும் அது உங்கள் மனக் கண்ணைவிட்டு அகலாது. யானைகள் எங்கெல்லாம் அதிகமாக வாழ்கின்றனவோ அங்கெல்லாம் அவை மக்களால் தெய்வத்திற்குச் சமமாகப் பார்க்கப்படுகின்றன எனில் யானைகளை வேட்டையாடுவது யார்?

அஸ்ஸாமிலும் கேரளாவிலும் நடந்த யானை வேட்டைகளைக் கணக்கிட்டால் நாம் தூக்கம் தொலைத்துவிடுவோம்.

இந்திய இலக்கியத்தில் நாய் பூனைகளுக்குப் பிறகு அதிகமாகப் புனைவுகளில் எழுதப்பட்ட மிருகம் யானையாகத்தான் இருக்கும். பெரும்பாலான எழுத்தாளர்களுக்கு யானை ஆதர்ஸமான விலங்காக இருக்கிறது. என்னுடைய சிறுகதைகளிலும் நாவல்களிலும் யானைகள் தவறாமல் இடம்பெறுவது இயல்பாக நடக்கும் அதிசயம்தான்.

அதுலானந்த கோஸ்வாமியின் ‘முரடன்’ மதம் பிடித்ததாகச் சொல்லப்படும் ஒரு யானையைப் பற்றிய கதை.

இலங்கையின் பிரபலமான ‘ஹசல பெரஹர’ திருவிழாவைத் தொடர்ந்து நான்கு வருடங்கள் பார்த்திருக்கிறேன். நூற்றுக்கும் மேற்பட்ட யானைகள் அலங்கரிக்கப்பட்டு ஊர்வலமாக அழைத்துவரப்படும். அதில் நாயக அம்சத்தோடு வரும் யானையின் மீது புத்தரின் உடைமைகள் எடுத்துவரப்படும். இந்தத் திருவிழாவிற்காக வெவ்வேறு ஊர்களிலிருந்து அழைத்து வரப்படும் யானைகள், திருவிழா முடிந்ததும் மீண்டும் திருப்பி அனுப்பப்படுகின்றன. யானை எவ்வளவு பெரியதோ அதே அளவு அன்பானவையும் கூட. அப்படியென்றால் எந்தப் புள்ளியில் யானைகளுக்கு மதம் பிடிக்கின்றன? காடுகள் திருத்தப்படுவதுதான் காரணமாக யானைகள் தங்களது நீராதாரங்களை இழக்கின்றன. திசை மறந்து வெவ்வேறு வழிகளில் சுற்றி மின் கம்பங்களில் அடிபட்டு இறக்கின்றன. இந்த அப்பாவி மிருகத்தின் மீது சொல்லொண்ணா வன்முறைகளைச் செலுத்தும் மனிதர்கள் அது பொறுமையிழக்கும்போது உடனே கொல்ல முடிவெடுத்து விடுகிறார்கள்.

மதம் பிடித்ததாகச் சொல்லப்பட்ட யானையை யாருமே பார்த்திருக்கவில்லை. காட்டில் இங்கு இருக்கலாம் அங்கு இருக்கலாமென யூகங்களின் மூலமாக வெவ்வேறு கதைகளை உருவாக்குகிறார்கள். இந்தக் கதைகள் அந்தச் சுற்றுவட்டாரப் பகுதியில் அச்சமாக மாறுகிறது. எந்த நேரத்தில் வேண்டுமானாலும் ஊருக்குள் இறங்கித் தாக்குதல் நடத்தக்கூடும் என்ற அச்சத்தில் அந்த யானையை வேட்டையாடிக் கொல்ல ஊர்க்காரர்கள் கோரிக்கை வைக்கிறார்கள். இந்தச் செய்திகளைக் கேட்கும்

கஜாலா மற்றவர்களைப் போலவே அச்சப்படுகிறான். காட்டில் கரி மூட்டம் போட்டு பிழைக்கும் எளிய மனிதன் அவன். இரண்டு நாட்களுக்கு முன் பள்ளம் தோண்டி விறகுகளை வைத்து புகைமூட்டம் போட்டுவிட்டு வந்தவனுக்கு யானை அந்தப் பள்ளத்தைச் சிதைத்துவிடுமோ என்று அச்சம்.

கடவுள் மீது பாரத்தைப் போட்டுவிட்டு அவன் தனது கரி மூட்டத்தைப் பார்க்கச் செல்கிறான். எந்தப் பாதிப்பும் ஏற்படவில்லை என்கிற நிம்மதியில் வேலைகளைச் செய்துகொண்டிருக்கும்போது ஒரு மிருகம் வேதனையில் அலறும் சத்தம் கேட்கிறது. சத்தம் வந்த திசையில் செல்பவன் யானையொன்று பள்ளத்தில் சிக்கிக் கொண்டிருப்பதைப் பார்க்கிறான். ஊர்க்காரர்கள் சொன்ன அதே முரட்டு யானை. வேதனையில் துடிக்கும் அந்த மிருகத்தை அப்படியே விட மனமின்றி, அதற்கு உதவி செய்ய நினைக்கிறான்.

யானை விழுந்து கிடக்கும் பள்ளத்தை ஒட்டியே ஒரு சாய்வு தளத்தை உருவாக்கி அதற்குப் பிரத்தியேகமாக ஒரு பாதையை அமைக்க முடிவு செய்கிறான். மூங்கிலைச் செதுக்கி அவன் வேலையைத் தொடங்க, நேரம் வேகமாகக் கடந்து செல்கிறது. பாதி வேலையிலேயே களைத்து உறங்கிவிடுபவனை யானை தன் துதிக்கையால் தட்டி எழுப்புகிறது. மீண்டும் எழுந்து வேலையைத் தொடர்பவன் தான் நினைத்தது போல் ஒரு பாதையை உருவாக்குவதற்குள் அடுத்த நாள் பொழுது விடிந்துவிடுகிறது. அந்த பள்ளத்திலிருந்து யானை எழுந்துகொள்ள உதவுகிறான்.

அந்த ஜீவன் பள்ளத்திலிருந்து விடுபட்டபோதுதான் அதன் காலில் பெரிய காயம் இருப்பது தெரிகிறது. தந்தத்திற்காக வேட்டையாட வந்தவன் யானையைத் துப்பாக்கியால் சுட்டிருக்க வேண்டும். வேதனையில் நடக்க முடியாமல் சிரமப்பட்ட அதற்கு உதவ முடிவுசெய்து மூலிகைகளைத் தேடிச் செல்கிறான். திரும்பி வந்து யானையின் காயத்திற்கு மருந்து போடுகிறான். யானை தனது இயல்பிற்குத் திரும்பிக்கொண்டிருக்கும் நேரத்தில் அதனைத்தேடி வந்த வேட்டைக்காரர்கள் மீண்டும் தூரத்திலிருந்து துப்பாக்கியால் சுடுகிறார்கள். ஒரே நேரத்தில் வேட்டைக்காரனால் யானையும், அந்த யானையால் கஜாலாவும் கொல்லப்படுகிறார்கள். பத்துப் பக்கங்களுக்குள் முடிந்துவிடும் இந்தக் கதை துயர்மிக்க தருணத்தில் நம்மை உறையச்செய்வதோடு பாதி உண்மைகளை மட்டுமே

கொண்டு நாம் ஒரு தீர்மானத்திற்கு வரக்கூடாது என்கிற உண்மையை உணர்த்துகிறது.

வடகிழக்கு இந்தியாவின் வாசலாக இருக்கக்கூடிய அஸ்ஸாம் தனித்த கலாசார அடையாளங்களைக் கொண்ட நிலம். கடந்த இரண்டு தசாப்தங்களுக்கு முன்பு வரையிலும் வடகிழக்கு மாநிலங்களில் இருந்த அரசியல் மற்றும் சமூகப் பிரச்சினைகள் இங்கும் நடந்ததுண்டு. இதனாலேயே அந்த மக்களின் வாழ்க்கை குறித்து வெளியுலகிற்குக் குறைவான செய்திகளே தெரிந்தன. ஊடகங்களும் அரசும் என்னவிதமான செய்திகளைச் சொல்ல விரும்பியதோ அவை மட்டுமே சொல்லப்பட்டன. மனிதர்களின் மீதே இத்தனை குறுகிய கவனம் கொண்ட அரசு, காடுகள் குறித்தும் மிருகங்கள் குறித்தும் எத்தகைய எண்ணம் கொண்டிருக்க வேண்டும் என்பதை நாம் யோசித்துப் பார்க்க வேண்டும்.

சுதந்திரத்திற்குப் பிறகு, அஸ்ஸாமில் யானைகளும் காண்டாமிருகங்களும் பெருமளவில் வேட்டையாடப்பட்டன. ஒரு காலத்தில் செழித்திருந்த காண்டாமிருகங்கள் இன்று மிகவும் சிறிய அளவிலேயே வாழ்கின்றன. அதனால் இயற்கையாகவே அந்த மொழி எழுத்தாளர்களுக்குத் தங்களது இயற்கையைக் குறித்த கவனம் அதிகமாக இருந்தது.

இந்தக் கதையில் யானைக்கு மதம் பிடித்ததை மட்டுமே பேசும் எவரும் அதற்கு ஏன் மதம் பிடித்தது என்கிற விவாதத்திற்குள் செல்லவில்லை. காடுகள் அழிக்கப்படுவது குறித்த கவலையோ அக்கறையோ இல்லாத அவர்கள் தங்களது உயிரைக் காத்துக் கொள்வதை மட்டுமே யோசிக்கிறார்கள். காயம்பட்ட யானையின் வேதனையறியாமல் அதற்கு மதம் பிடித்துவிட்டதாகப் பரப்பப்படும் வதந்தி அந்த மிருகத்தைக் கொன்றுவிடுகிறது. அந்த யானையைக் கொன்றது மக்களுக்கு இருந்த பயமல்ல, வேட்டைக்காரர்களுக்கு இருந்த பேராசை.

இந்தக் கதையில் யானை காட்டின் குறியீடாக வருகிறது. மனிதன் தனது பேராசைகளுக்காக இயற்கையை அழிக்கும்போது தன்னையே அழித்துக்கொள்ளத் தொடங்குகிறான் என்கிற செய்தியை வெளிப்படுத்துகிறது. கஜாலா யானையைக் கண்டபின் அவனுக்கும் அந்த மிருகத்திற்கும் இடையிலான உரையாடல் அற்புதமாக எழுதப்பட்டிருக்கிறது. ஒரு சிறுவனைக் கையாள்வதுபோல்

அவன் யானையைக் கையாள்கிறான். அவன் சொல்லும் வார்த்தைகளுக்குக் கட்டுப்பட்டு அமைதியாக இருக்கிறது யானை. ஒரு தெலுங்கு நாவலில் தனது பன்றியைத் தேடி காட்டிற்குள் செல்லும் மனிதன் அதனைக் காப்பாற்ற என்னவெல்லாம் செய்கிறான் என்று உயிர்ப்போடு எழுதப்பட்டிருக்கும். இந்தக் கதையில் கஜாலா யானையோடு உரையாடும் இடங்கள் எனக்கு அந்த நாவலை நினைவுபடுத்தியது. அடுத்ததாக அவனுக்கு இருக்கும் இயற்கை குறித்த அறிவு. யானையைப் பள்ளத்திலிருந்து மீட்பதற்காக அவன் எடுக்கும் முயற்சிகளும், காயம்பட்ட காலில் வைத்தியம் பார்க்க மூலிகைகளைத் தேடி எடுத்து வருவதும் சிறப்பாக வெளிப்பட்டிருக்கிறது.

மனிதர்களுக்கு இயற்கையாகவே சில அறிதல் முறைகள் இருந்திருக்கின்றன. காலப்போக்கில் நாம் அவற்றை மறந்துவிட்டோம். மரபான இந்த அறிவின்மீது நாம் அக்கறைகொள்வதில்லை. கிராமத்து மனிதர்களிடமிருந்து கஜாலாவை வேறுபடுத்திக் காட்டுவது இதுதான். உதவிக்கு எவரையும் அழைத்தால் அவர்கள் யானையைக் கொல்ல நினைப்பார்கள் என்பதை உறுதிசெய்துதான் அவன் தனியாளாக உதவுகிறான். தன்னைப் புரிந்துகொண்ட மனிதனை யானையும் புரிந்துகொள்கிறது. அவர்கள் இருவருமே தங்களது பாதையில் பிரிந்துசெல்லவிருந்த கடைசி நிமிடத்தில்தான் வேட்டைக்காரர்கள் வருகிறார்கள். இறுதியில் மனிதர்களின் பேராசைதான் வெல்கிறது என்ற கசப்பான செய்தியுடன் கதை முடிகிறது.

ஒரு புனைவில் சொல்லப்படும் செய்திக்குப் பின்னால் அதை எழுதியவன் உள்ளார்ந்து ஏராளமான அர்த்தங்களை உணர்த்துகிறான். யானை கொல்லப்படும் இடத்தில் ஒரு காடும் அதன் நினைவுகளும் அழிக்கப்படுகிறது என்ற புரிதலையும் வேதனையையும் வாசகருக்குள்ளும் கடத்துவதும்தான் இந்தக் கதையின் வெற்றி.

18. ஹரிகிஷன் கவுலின் 'ஞாயிறின் ஒளி'

ஸ்ரீநகரில் ஒரு பஞ்சாபி குடும்பத்தில் பிறந்த ஹரிகிஷன் கவுல் காஷ்மிரி புனைவிலக்கியத்தில் தனித்துவமான எழுத்தாளர். எப்போதும் ஊடகங்களாலும் ராணுவத்தாலும் கண்காணிக்கப்படும் ஒரு நிலத்தில் வாழ்பவர்களின் மனநிலை பதற்றமாகவே இருக்கும். வன்முறைக்கு நடுவே பல தலைமுறைகளாக வாழ்ந்துகொண்டிருக்கும் அவர்களின் கதைகள் ஏதாவதொரு சார்புடன் இருப்பதைப் பார்க்க முடியும். காஷ்மிர் மக்களின் மீது திணிக்கப்பட்டிருக்கும் வன்முறை அவர்கள் தேர்ந்தெடுத்துக் கொண்டதல்ல. மிக நீண்ட வரலாறும் பண்பாட்டுத் தொடர்ச்சியும் கொண்ட காஷ்மிரி மக்கள் கடந்த நூறு வருடங்களில் தங்களது அடையாளங்களை இழந்து வருகிறார்கள். இரு நாடுகளின் எல்லையில் அமைந்துள்ள அந்தப் பிரதேசத்து மக்களின் அடிப்படை உரிமைகள் பறிக்கப்பட்டு வெவ்வேறு நிலங்களை நோக்கி ஏதிலிகளாகத் தப்பிச்செல்கிறார்கள்.

போர் தின்ற நிலங்களிலிருந்து எழுதப்படும் கதைகளில் நீண்ட கால அழுத்தத்தினால் உருவான ஏமாற்றங்களும், தோல்வியுணர்ச்சியும் அதனோடு எப்படியேனும் வாழ்ந்துவிடவேண்டுமென்கிற நம்பிக்கையின் சிறு கீற்றையும் பார்க்க முடியும். லாரி த்ராப்லேயின் 'ஆரஞ்சுப் பழத் தோட்டம்' என்னும் நாவலில் மத்தியக்

கிழக்கில் யுத்த நிலத்தில் வாழும் இரண்டு சிறுவர்களின் கதை சொல்லப்படுகிறது. இரட்டையர்களான அவர்களில் ஒருவன் எதிரிகளின் ஆயுதத் தளவாடத்தின் மீது தற்கொலைத் தாக்குதல் நடத்தி உயிர்த் தியாகம் செய்ய வேண்டும். தேர்ந்தெடுக்கப்பட்ட சகோதரனுக்குப் பதிலாக அவனுடைய இன்னொரு சகோதரன் யாருக்கும் தெரியாமல் உயிர்த் தியாகம் செய்கிறான். மதம், அரச பயங்கரவாதம், படுகொலைகள் இவையெல்லாவற்றையும் தாண்டி வாழ்வின் மீது இரண்டு சிறுவர்களுக்கு இருக்கும் பேரன்பு நம்மைச் சிலிர்க்க வைத்துவிடும்.

இந்தியாவின் பிற மாநிலங்களிலிருந்து காஷ்மிர் முற்றிலும் வேறானது. நிலவியல் அமைப்பிலும் கலாசார ரீதியாகவும் பிற இந்திய மாநிலங்களோடு அதை ஒப்பிட்டுப் பார்க்க முடியாது. இந்து இஸ்லாமியச் சமூகங்களுக்கு இடையே நீண்ட காலமாக விதைக்கப்பட்ட வெறுப்பின் காரணமாகச் சக மனிதர்களின் மீது நம்பிக்கையற்றவர்களாக அந்த மக்கள் பெரும் இன்னல்களை அனுபவித்துவருகிறார்கள். யுத்த நிலத்திலிருந்து தப்பிக்க முடியாமல் நீண்ட காலம் வாழ்ந்துகொண்டிருப்பவர்களுக்கு மரணச் செய்தி பழகிப்போன அன்றாட நிகழ்வாக இருப்பது எவ்வளவு கொடுமை.

இன்னொருபுறம் அங்கு ராணுவத்திற்கு இருக்கும் அளவுகடந்த அதிகாரம் அந்த மக்களின் அடிப்படை உரிமைகளைக் கட்டுப்படுத்தும் அளவிற்குத் தீவிரமானது. வெடிக்கக் காத்திருக்கும் துப்பாக்கிமுனையில்தான் தங்களது அன்றாட வேலைகளை அவர்கள் செய்துகொண்டிருக்கிறார்கள்.

வருடத்தில் பெரும்பாலான நாட்கள் கடும் குளிரிலும் எப்போதும் உள்ளுக்குள் உறைந்துபோன அச்சத்துடனும் வாழும் ஒரு தாய், தில்லியில் இருக்கும் தனது மகன் வீட்டிற்கு ஓய்வெடுக்க வருகிறார். மிதமான வெப்பமும் அமைதியான பெருநகரச் சூழலுமாக தில்லி வேறு உலகமாக இருக்கிறது அவளுக்கு.

கடந்த காலத்திலிருந்து நிகழ்காலத்திற்கு அழைத்து வரப்பட்டவளாகவே அவள் இந்தப் புதியச் சூழலை அவள் எதிர்கொள்கிறாள். பெரிய சம்பவங்கள், திருப்பங்கள் எதையும் பொருட்படுத்தாமல் எழுதப்பட்ட இந்தக் கதை அந்தத் தாயின் மனவோட்டத்தின்படி வளர்கிறது. இரண்டு மகன்களில் ஒருவன் நன்கு படித்து நல்ல வேலையில் சேர்ந்து தில்லியில் வசதியான ஒரு

வாழ்க்கை வாழ்கிறான். சாணக்யபுரி என்பது அன்றைய தில்லியில் அரசு அலுவலகர்களும் முக்கியப் பிரமுகர்களும் வசிக்கக்கூடிய பகுதி. இன்னொரு மகன் பெரிய படிப்போ நல்ல வேலையோ இல்லாமல் ஸ்ரீநகரில் சிரமமான வாழ்வை மேற்கொள்கிறான். இந்த இரண்டு மகன்களின் நடவடிக்கைகள் குறித்தும் அந்தத் தாய் சிந்திப்பதை இரண்டு உலகங்களைக் குறித்த சிந்தனைகளாக நாம் எடுத்துக்கொள்ளலாம்.

கட்டுப்பாடுகளுக்கும் கண்காணிப்புகளுக்கும் நடுவில் போராட்டமான வாழ்க்கையை வாழும் ஒருவன் தனது மகனுக்கான காலுறைகளைக் கூட வாங்கமுடியாத அளவிற்குச் சிரமப்படுகிறான். இளைய மகனது வீட்டில் ப்ரஷ்ஷர் குக்கரும், வாஷிங் மெஷினும் வீட்டிற்குத் தேவையான எல்லா வகையான ஆடம்பரப் பொருட்களும் இருக்கின்றன. அவன் அலுவலகத்திற்கு ஸ்கூட்டரில் சென்றுவருகிறான். தனது சொந்த நிலத்திலிருந்து முதல் முறையாக வேறு ஊருக்கு வந்திருக்கும் அவளுக்கு இந்தப் புதிய ஊரின் அமைதியும் நடவடிக்கைகளும் ஆச்சர்யமளிக்கின்றன. மனிதர்களே இல்லையோ என ஐயப்படும்படியான இந்த அமைதியில் ஓய்வற்று சிந்திக்கும் மனதின் சத்தம் எவ்வளவு மூர்க்கமானது? காலை உறங்கி எழுகையில் பிரகாசமான சூரிய வெளிச்சத்தைக் கண்டு அவள் மகிழ்ச்சியடைவதைப் புதிய நிலத்திற்கு வந்து சேர்ந்ததன் அடையாளமாக மட்டுமில்லாமல் புதிய நம்பிக்கையையும் வாழ்வையும் அவள் விரும்புவதாக எடுத்துக்கொள்ளலாம்.

கதை முழுக்க சூரிய வெளிச்சத்திற்கும் கதகதப்பிற்கும் ஏங்கும் ஒரு காஷ்மிரி பெண்ணின் சித்திரம் நமக்குக் காட்டப்பட்டுக்கொண்டே இருக்கிறது. ஒரே நேரத்தில் தனது ஊரிலிருந்தும் கசப்பான நினைவுகளிலிருந்தும் துண்டித்துக்கொள்ள விரும்புகிறவளாகவும், ஆனால் அவற்றிலிருந்து மீளமுடியாதவளாகவும் அந்தப் பெண் இருக்கிறாள். ஒரு வகையில் தனது அடையாளங்களை இழக்க விரும்பாத அவளது பிடிவாதம்தான் தனது மருமகள் செய்யும் சின்னச் சின்னச் செயல்களில்கூட குற்றம் கண்டுபிடிக்க வைக்கிறது. ஒவ்வொரு வீட்டிற்கும் தனித்த நடைமுறைகள் உண்டு. கணவன் மனைவி மட்டுமே சேர்ந்து உருவாக்கும் குடும்பத்தில் எவ்வளவு நெருக்கமான உறவினர்களும் நண்பர்களும் வந்தாலும் அவர்கள் மூன்றாம் நபர்தான். மனிதர்கள் தங்களது இயல்பிற்குத்

தகுந்தபடியான வாழ்க்கை முறையை அமைத்துக்கொள்ள வேண்டியது அவசியம். பெற்றோர்களுக்குப் பெரும்பாலும் தொந்தரவாக இருப்பது வீடு தங்களுக்குப் பிடித்தமானதாக இல்லை என்பதுதான்.

சொந்த ஊர்களிலிருந்து நகரங்களுக்கு வரும் பெற்றோர்களைப் பார்த்திருக்கிறேன். சிலர் ஒரே நகரிலிருந்தும் தனித்தனியாக இருப்பார்கள். மகனோ, மகளோ ஒரு வயதிற்குப் பின் தங்களது பிள்ளைகளைத் தங்கள் கட்டுப்பாட்டிற்குள் வைத்துக்கொள்ள முடியவில்லையே என்கிற ஏமாற்றத்தைப் பெரும்பாலான பெற்றோர்களால் ஏற்றுக்கொள்ள முடிவதில்லை. குறிப்பாக பெண்களுக்கு. தங்கள் அதிகாரத்தின் அதிகபட்ச சாத்தியங்களை அவர்கள் கண்டுகொள்வது வீட்டில்தான், இதனாலேயே அதனைக் கைவிட அவர்கள் தயாராக இருப்பதில்லை. இந்தச் சமையற்கட்டில் என்னால் சமைக்க இயலாது, வீட்டில் இந்தப் பொருள் இங்கு இருக்கவேண்டுமென மகன் வீட்டிற்கோ, மகள் வீட்டிற்கோ வரும்போது தனது கட்டளைகளுக்கு அந்த வீட்டை மாற்றிக் கொள்ள நினைக்கிறார்கள். ஓரிரு நாட்களுக்கு இந்த அதிகார மனநிலை வேலை செய்யலாம். ஆனால் நெடுநாட்கள் அது நீடிக்காது. மகளோ மருமகளோ தனது வீட்டில் இன்னொருவரின் அதிகாரத்தை அனுமதிப்பதில்லை.

நமது குடும்ப அமைப்பு குழப்பமானது. அதிகாரம், சுயநலம், துரோகங்கள் என எல்லாமும் நிறைந்து கிடக்கும் இதைக் கட்டிக் காப்பதைத்தான், கலாசாரமென நம்பி, வாழ்வின் பெரும்பாலான நாட்களைக் கழித்துவிடுகிறோம். வறுமைகளையும் தோல்விகளையும் மட்டுமே பார்த்துப் பழக்கப்பட்ட பெரும்பாலான இந்தியப் பெற்றோர்கள் தங்களது குழந்தைகளைச் சம்பாதித்துக் கொடுக்கும் எந்திரங்களாகப் பார்க்கிறார்கள். அல்லது அவர்களது முதுமையில் தங்களைப் பராமரிக்க வேண்டிய தாதிகளாகப் பார்க்கிறார்கள். அவர்களது பிள்ளைகளுக்குத் தனிப்பட்டதொரு வாழ்க்கை இருக்கிறது என்பதைப் பற்றின கவலைகள் இருப்பதில்லை.

இந்தச் சுயநல எண்ணங்களைச் சுட்டிக் காட்டுகிறவன் சமூக விரோதியாகிவிடுவான். அவன் இதற்கு அடிபணிய வேண்டும், அந்த அதிகாரத்திற்குக் கட்டுப்பட்டு அவர்களுக்குப் பிடித்த எல்லாவற்றையும் செய்து, இவனும் குழந்தைகளைப் பெற்று ஒரு வயதிற்குப் பின் தனது பெற்றோரைப் போலவே மாற

வேண்டும். ஒரு தலைமுறையிடமிருந்து குடும்ப வன்முறை அடுத்த தலைமுறைக்குக் கடத்தப்பட்டுக்கொண்டே இருக்கிறது.

இந்தக் கதையில் தாய்க்கு தன் இளைய மகன் நல்ல நிலையில் இருக்கிறான் என்கிற மகிழ்ச்சியைவிட, தனது மூத்த மகனுக்கு இப்படி நடக்கவில்லையே என்கிற ஏக்கமே அதிகமாக இருக்கிறது. முதலில் தனது இளைய மருமகளின் மீது நல்ல அபிப்பிராயம் கொண்டவளாகக் காட்டிக்கொண்டாலும் உண்மையில் அவளுக்கிருப்பது கசப்பான எண்ணங்கள்தான். தன்னை எப்படி அழைக்க வேண்டும் என்பதில்கூட அந்தத் தாய்க்கு எதிர்பார்ப்பு இருக்கிறது. அவள் அண்டை அயலாருடன் பேசுவது, அவள் அணியும் ஆடைகள் எதுவும் இவளுக்குப் பிடிப்பதில்லை. ‘ஊரில் எதற்கும் வழியில்லாமல் இருந்தவள் இங்கு மினுக்கிக் கொண்டிருக்கிறாள்’ என ஆத்திரப்படும் இடத்தில் இத்தனை வருடங்களில் தனது கணவன் தன்னை எங்குமே அழைத்துச் சென்றதில்லை என்கிற ஏமாற்றமும் இருக்கிறது. மகன் ஹரித்துவார் அழைத்துச் செல்வதாகச் சொல்லி இருக்கிறான். ஆனால் அதிலிருக்கும் மகிழ்ச்சியைவிட தனக்குக் கிடைக்காததெல்லாம் தன் இளைய மருமகளுக்குக் கிடைக்கிறதே என்கிற பொறாமையுணர்ச்சி அதிகமிருக்கிறது.

முதியவர்கள் குடும்பத்தில் தங்களது எதிர்ப்பை வெளிக்காட்டும் இடங்கள் நூதனமானவை. சமைத்த உணவைப் புறக்கணிப்பது, அண்டை அயலாரிடம் தங்களது கவலைகளைச் சொல்லி கண் கலங்குவது. தனது பிள்ளை நல்ல நிலையில் இருந்தாலும் தன்னைச் சரியாகப் பார்த்துக்கொள்ளவில்லை எனப் புகார் செய்வது. வீட்டிற்கு வரும் விருந்தினர்கள் முன்னால் கிழிந்த உடைகளை அணிந்து யாரும் தன்னைச் சரியாகக் கவனித்துக்கொள்வதில்லை என்கிற தோற்றத்தை உருவாக்குவது என ஏராளமாகச் சொல்லலாம். இந்த வன்முறைகளை எப்படி நுட்பமாக இவர்களால் சிந்திக்க முடிகிறது என நமக்கு ஆச்சர்யமாக இருக்கும். ஆனால் ஒரு பிரச்சினைக்கு நாம் தீர்வு காண்பதற்கு முன்பாகவே மேலும் நான்கைந்து பிரச்சினைகளோடு தயாராக இருப்பார்கள். நூற்றில் எண்பது குடும்பங்களில் இந்த நிலைதான்.

காஷ்மிரில் யுத்தங்களுக்கு நடுவில் வாழ்ந்த ஒரு பெண்ணின் மனநிலையும் இப்படித்தான் இருக்கிறது என்பதை அறிகையில் எத்தகைய சூழலில் வளர்ந்தாலும் சில அடிப்படை

உணர்ச்சிகளிலிருந்து மனிதர்கள் விடுபடுவதே இல்லையோ எனத் தோன்ற வைக்கிறது. இந்தக் கதையில் அந்தத் தாய்க்கு எது உண்மை என்கிற குழப்பமும், தான் யார் என்கிற கேள்வியும் இருக்கிறது. சூரிய வெளிச்சம் தரும் கதகதப்பு ஆறுதல் போதும், குளிர் வதைக்கும் சொந்த ஊருக்கே செல்லலாம் என நினைப்பது சஞ்சலங்கள் கடந்த யதார்த்தத்தை ஏற்றுக்கொள்ள அவள் மனம் மறுக்கிறது என்பதன் அடையாளம். படிப்பறிவில்லாத அப்பாவிப் பெண்ணாகச் சில இடங்களில் அவள் வெளிப்படுகிறாள்.

செல்வி கபூரை திருமதி கபூர் என்றே மீண்டும் மீண்டும் குறிப்பிடுகிறார். இரண்டிற்கும் உள்ள வேறுபாட்டை மகன் விளக்கியபிறகும் கூட அவள் தன்னைத் திருத்திக்கொள்ளவில்லை. நகரத்தில் மனிதர்கள் எப்படி இருப்பார்கள் என்பதைக் குறித்து எதுவும் அறியாதவளாகவும் காஷ்மிரில் எதிரெதிராக நிற்கும் பாகிஸ்தானுக்கு இந்தியாவில் ஓர் அலுவலகம் இருப்பதையும் அவளால் நம்பமுடியவில்லை. சுத்தமான இந்துவாகத் தன்னை அடையாளப்படுத்திக்கொள்ளும் அவளுக்கு இஸ்லாமியர்கள் குறித்து இருக்கும் குறுகலான பார்வையும் நமக்குக் கிடைக்கிறது.

வெளிப்பார்வைக்கு அந்தப் பெண் அப்பாவியானவளாக இருக்கிறாள். கதாபாத்திரங்களோடு உரையாடுகையில் அவள் யாரென்பது வெளிப்படுவதில்லை. ஆனால், கதையை வாசிக்கிற நமக்கு அவளது எண்ணங்களின் வழியாக அவள் யாரென்பது தெரியவருகிறது. இப்படியானவர்களைத்தான் நாம் அதிகம் பார்க்கிறோம். இவர்கள் நம்மோடுதான் இருக்கிறார்கள். பல வருடங்களுக்கு முன் எழுதப்பட்ட கதையாயினும் எல்லாக் காலத்திற்கும் குடும்பச் சூழலில் பொருந்தக்கூடிய கதையாக இருக்கிறது.

ஹரிகிஷன் நாடகங்களும் தொலைக்காட்சித் தொடர்களும் எழுதினார். இதனால் அவரது கதாபாத்திர வடிவமைப்பு அழுத்தமானதாக இருப்பதோடு நனவோட்ட நடை கச்சிதமாகக் கைகூடி வருகிறது. உரையாடல்கள் மிகையின்றி இயல்பாகவும் கதையை மீறிச் செல்லாததாகவும் இருக்கின்றன. முதல் வாசிப்பில் ஒரு குடும்பக் கதைக்கான எளிமையோடு தெரிந்தாலும், கதைக்குள் பேசப்பட்டிருக்கும் முரண்கள், வெவ்வேறு விதமான பரிணாமங்கள் கொண்டதாக அமைந்துள்ளன.

நாம் மனிதர்களைக் குறைவாகவே அறிந்துகொள்கிறோம், ஆனால் நிறையத் தெரிந்துகொண்டதைப்போல் பாவனை செய்கிறோம். இந்த பாவனைகளை உற்றுக் கவனிக்கும் போதுதான் ஓர் எழுத்தாளன் சிறந்த கதைகளை எழுத முடியும். அப்படி எழுதப்படும் கதைக்கு அழுத்தமான முடிவு, திடீர் திருப்பங்கள், அபாரமான தொடக்கம் என்று எதுவுமே தேவையில்லை. எந்தக் கதாபாத்திரத்தின் கதையைச் சொல்ல விரும்புகிறோமோ அந்தச் சூழலுக்குள் எழுதுகிறவனும் வாசிக்கிறவனும் சந்திக்கும்படியான ஒரு புள்ளியை உருவாக்கிவிட்டால் போதும். கதை தன் போக்கில் நிகழும். எழுதுகிறவன் தவறவிடும் நுண்ணிய விவரங்களைக்கூட வாசிக்கிறவன் அனுமானித்துக்கொள்ள முடியும்.

நல்ல சிறுகதைகள் வாசகனின் அறிவையும் நுண்ணுணர்வுகளையும் மதிக்க வேண்டும். அவன் உரையாட சிறிய இடைவெளியையும் அமைதியையும் கதைக்குள் உருவாக்கிக் கொடுத்துவிட்டால் அந்தக் கதையின் இன்னொரு பரிணாமத்தை வாசகன் கண்டடைவான். இந்தக் கண்டடைதல்தான் சிறுகதைக் கலையின் சாகசம். வாசிக்கிறவனை நிறைவடையச் செய்து மகிழ்ச்சியூட்டும் கதைகள் விரைவிலேயே மறக்கப்படுகின்றன. அந்த நேரத்து இன்பத்தைத் தாண்டி அவற்றில் ஒன்றுமில்லை. சிந்தனையைத் தூண்டும் கதைகளே காலத்தை வென்று நிற்கின்றன.

19. வேத்ராஹி எழுதிய பால்காக்கும் நோனோவும்

*1948*ம் வருடம்தான் டோக்ரி மொழியின் முதல் சிறுகதை நூல் வெளியானது. அதன்பிறகு குறிப்பிடத் தகுந்த புனைவெழுத்தாளர்கள் அந்த மொழியில் உருவாகி வந்துள்ளனர். ஜம்மு காஷ்மிர் மற்றும் இமாச்சலப் பிரதேச மாநிலங்களில் மிகக் குறைவான மக்கள் பேசக்கூடிய டோக்ரி மொழிக்கு நீண்ட பாரம்பரியம் உண்டு. செழிப்பான வாய்மொழி இலக்கியங்களைக் கொண்ட டோக்ரி மொழி நவீனக் கதை முறைக்கு மிக வேகமாகத் தன்னைத் தகவமைத்துக் கொண்டது. அந்த நவீனக் கதைசொல்லிகளில் குறிப்பிடத்தகுந்தவர் வேத்ராஹி.

'பால்காக்கும் நோனோவும்' என்னும் இந்தக் கதை எளிமையானது. லடாக்கில் நீண்டகாலம் பணியிலிருந்த பால்காக்கிற்கு அவனது முதுமைக் காலத்தில் துணையாக நாய்க்குட்டியொன்றை லாமா பரிசளிக்கிறார். அது திபெத்திய இனத்தைச் சேர்ந்த நாய். கடும் குளிருக்குப் பழக்கப்பட்ட அந்த நாயோடு ஸ்ரீநகருக்கு இடம்பெயர்ந்து வருகிறார் பால்காக். எப்போதும் கலவரங்களும் ஊரடங்குகளும் நிறைந்த அந்த ஊரில் தன்னுடைய வாழ்வை நடத்துவதற்கே போராடிக்கொண்டிருக்கும் அவரால் தன்னுடைய நாயை நல்லமுறையில் பார்த்துக்கொள்ள முடியவில்லை. போதாக்குறைக்கு இரண்டு மூன்று மாத ஊதியமும் கிடைக்காமல் போகிறது. ஸ்ரீநகரில் வன்முறைகள் அதிகமானதால் ஜம்முவில்

இருக்கும் தனது மகன் கோபிநாத்தின் வீட்டிற்குச் செல்கிறார். தனது குட்டிநாய் நோனோவைத் தூக்கிக்கொண்டு அங்கு செல்லும் போது கோடைக்காலம் உச்சத்திலிருக்கிறது.

குளிர்பிரதேசத்தில் வாழ்ந்து பழக்கப்பட்ட அந்த நாய்க்குட்டியால் ஜம்முவின் வெக்கையைத் தாங்கமுடியவில்லை. ஊரடங்கு கட்டுப்பாடுகளால் பெரும்பாலானவர்கள் வேலை வாய்ப்பின்றிச் சிரமப்படும் சூழலில் மனிதர்கள் உணவுக்கே போராடுகிறார்கள். இதில் நாய்க்குட்டியின் பசியாற வேண்டும். வெப்பம் தாங்க முடியாமல் நோனோ நலிவுறுகிறது. ஏதாவது செய்து அந்த நாய்க்குட்டியை மீட்டுவிடத் துடிக்கும் பால்காக் கொஞ்சம் ஐஸ் கட்டிகளை வாங்கிவந்து அதன் மீது வைத்தால் வெக்கை தணியுமோ என நினைக்கிறார். ஆனால் ஐஸ்கட்டி வாங்க அவரிடம் பணமில்லை. மருமகள் கொடுக்கும் ஒரு ரூபாயில் எழுபத்தைந்து பைசாவிற்குக் காய்கறிகள் வாங்கிவிட்டு மீதமிருக்கும் முப்பது பைசாவில் சிறிய ஐஸ் கட்டியை வாங்கிக்கொண்டு வீட்டிற்கு வருகிறார். வீடு திரும்புவதற்கு முன்பாகவே பாதி கரைந்து போகும் அந்த ஐஸ் கட்டியால் எந்தப் பிரயோஜனமும் இல்லாமல் போகிறது.

மிக எளிமையான இந்தக் கதையில் நான் அதிகம் கவனித்தது மனிதர்களுக்குப் பிற உயிரினங்களின் மீது கருணையில்லாமல் போகும் குணத்தைதான். இன்றைக்கு வெளிநாட்டிலிருந்து இறக்குமதி செய்யப்பட்ட நாய்க்குட்டிகளை வளர்ப்பதை ஓர் ஆடம்பரமாக மாற்றி இருக்கிறார்கள். சென்னை, திருச்சி மாதிரியான அதிக வெப்பமுள்ள ஊர்களில் ஹஸ்கி வகை நாய்க்குட்டிகள் வளர்க்கப்படுகின்றன. சைபீரிய காடுகளின் குளிரில் பல நூற்றாண்டுகளாக வாழ்ந்து வரும் இந்த வகை நாய் இனங்கள் வெப்ப மண்டலப் பகுதியில் வளரும்போது எதிர்கொள்ளும் சிரமங்கள் ஏராளம். நாம் அந்த நாய்க்குட்டிகளின் மீது நிகழ்த்தும் வன்முறை மன்னிக்கவே முடியாதது. பரிணாம வளர்ச்சியில் மனிதனுக்கு மிகவும் நெருக்கமான தோழனாக இருந்தவை நாய்கள்தான். பனி மலைகளில் ஸ்லெட்ஜிங் செய்யவும், வீட்டுக் காவலுக்கும், வேட்டைப் பாதுகாவலனாகவும் நாய்கள் அவற்றின் இனங்களைப் பொறுத்துப் பழக்கப்பட்டன. இந்த நாய்கள் மனிதர்களுக்குத் துணைவர்களாக இருந்ததைத் தாண்டி எந்த நன்மைகளையும் எதிர்பார்த்ததில்லை. ஆனால் மனிதர்கள்

தங்களது தேவைகள் முடிந்த உடனேயே இந்த அப்பாவி உயிர்களைக் கைவிட்டுவிடுகிறார்கள்.

இந்தக் கதையில் நீண்ட விவரணைகளோ, உருவகங்களோ, உள்மடிப்புகளோ எதுவுமில்லை. வாய்மொழிக் கதையின் வடிவத்தில் அதன் நீட்சியாகத்தான் சொல்லப்பட்டிருக்கிறது. ஆனால் எந்தச் செய்தியை எவ்வளவு சொல்லவேண்டுமென்கிற ஒழுங்கும் கச்சிதமும் வியக்க வைக்கிறது. கதையின் சிறிய விவரத்தைக்கூட நாம் காட்சிபூர்வமாக உணரக்கூடிய அளவிற்கு நுட்பமும் கைகூடி வந்திருக்கிறது. நல்ல கதைசொல்லி தனது அனுபவங்களால்தான் கதைமொழியை உருவாக்குகிறான். இந்தக் காட்சிபூர்வமான மொழியை எதிர்மறையாக விமர்சனம் செய்யும் போக்கு உண்டு. உண்மையில் கச்சிதமான காட்சியனுபவத்தைப் புனைவில் கொண்டுவருவது எளிதான காரியமல்ல.

சில மாதங்களுக்கு முன் போரூர் சிக்னலைத் தாண்டி சாலையோரத்தில் அவசரமாக வந்து நின்ற ஒரு விலை உயர்ந்த காரிலிருந்து அவசரமாக ஒரு நாய்க்குட்டியை இறக்கிவிட்டு கார் விரைந்தது. அது டேஷ் இனத்தைச் சேர்ந்த நாய்க்குட்டி. நோயுற்றதால் அதனைப் பராமரித்தவர் அதனைக் கைவிட்டுவிட்டார். இந்த வகை நாய்க்குட்டிகள் உயரம் குறைவானவை. அதன் கால்கள் மிகச் சிறியதாக இருப்பதால் உடல் எடை அதிகரித்துவிட்டால் நடக்கச் சிரமப்படும். அந்த நாய்க்குட்டி வீட்டிலேயே வளர்க்கப்பட்டதால் சாலையின் இரைச்சல்களைக் கண்டு அஞ்சியது. எந்தப் பக்கம் செல்வதெனத் தெரியாமல் தன்னை இறக்கிவிட்டுச் சென்ற கார் சென்ற திசையைப் பார்த்துக் குரைத்தபடி நின்றது. அருகிலிருந்த கடையிலிருந்த நான் விரைந்து சென்று அதனைத் தூக்கி வந்தேன். உடல் முழுக்க காயங்கள். சில மாதங்களுக்குப் பதிமூன்று வருடங்கள் எங்களோடு இருந்து மாரடைப்பு நோயால் இறந்துபோன எங்கள் ஜெஸ்ஸி இதே இனத்தைச் சேர்ந்த நாய்க்குட்டி என்பதால் அதனைப் பார்த்ததும் மனம் பதைத்துவிட்டது.

அந்த நாய்க்குட்டியின் உடல் முழுக்க காயங்கள். யாராவது தன்னை ஆதரித்துக்கொள்ளமாட்டார்களா என மிரட்சியோடு எல்லோரையும் பார்த்துக்கொண்டிருந்தது. வீட்டில் நான் பூனைகள் வளர்ப்பதால் அந்த நாய்க்குட்டியை என்னோடு

எடுத்துக்கொள்ள முடியாது. நண்பர்களிடம் கேட்கலாமென்றால் நோயுற்ற நாய்க்குட்டியைப் பராமரிக்க ஒருவரும் முன்வரப் போவதில்லை. தாம்பரத்திலிருக்கும் ஒரு ஷெல்டருக்கு அழைத்து எப்படியாவது அந்த நாய்க்குட்டியை எடுத்துக்கொள்ளச் சொல்லிப் பேசினேன். நீண்ட நேரத்திற்குப்பின் அவர்கள் வந்து அந்தக் குட்டியை மீட்டுச் சென்றார்கள். அன்று முழுக்க என்னால் சாப்பிட முடியவில்லை. மனிதர்கள் தங்களுக்குப் பிரியமானவற்றை ஏன் கைவிடுகிறார்கள். அந்தக் குட்டி நாயோடு எத்தனை புகைப்படங்கள் எடுத்திருப்பார்கள்? எத்தனை நாட்கள் விளையாடியிருப்பார்கள்? அந்த நினைவுகளை எல்லாம் ஒரு நொடியில் அழித்துவிட முடியுமா? நாய்க்குட்டிகளைக் கைவிடத் துணியும் மனிதர்களுக்குத் தங்களது பெற்றோரையும் பிள்ளைகளையும் கைவிட எவ்வளவு நேரம் ஆகப்போகிறது?

செல்லப்பிராணிகள் மீதான வன்முறை இன்று நாடு முழுக்க அதிகரித்துவிட்டது. தெருநாய்களைக் கொல்வதை ஒரு கோஷமாக முன்னெடுக்கிறவர்களைப் பார்க்கிறபோது அச்சமாக இருக்கிறது. நாய்களின் இனப்பெருக்கத்திற்குப் பின்னால் இருக்கும் அரசியலை நாம் பேசித்தான் ஆகவேண்டும். ரேபிஸ் வகை நோய்களுக்கான மருந்துகளைச் சுற்றி பெரும் வியாபாரம் நடக்கிறது.

அதற்காகச் சிலர் தனியார் நிறுவனங்கள் மிருகங்களின் மீது அக்கறை இருப்பதாகப் போலி வேஷம் போடுகின்றன. ஆனால் தனிமனிதர்கள் அப்படியல்ல. இந்தத் தெருநாய்கள்தானே சில வருடங்களுக்கு முன்னால் நம்மோடு விளையாடின. நாம் வைத்த மிச்ச உணவுகளைச் சாப்பிட்டுவிட்டு நமக்கு விசுவாசமாய் நம்மைச் சுற்றிவந்தன. பல வீதிகளில் புதிய மனிதர்களைக் கண்டால் குரைத்து நம்மை எச்சரிக்கை செய்தன. அந்த நாய்களைக் கட்டுக்குள் வைக்காமல் போனது அரசின் தவறு.

நீதிமன்றம் முன்வந்து தெருநாய்களைக் கட்டுப்படுத்தச் சொல்லி உத்தரவுகளைப் பிறப்பிக்கிறது. கட்டுப்படுத்துகிறோம் என்கிற பெயரில் பெரும்பாலும் இந்த நாய்கள் கொல்லப்படுகின்றன. நாய்களின் மீது கருணையோடு நடந்துகொள்கிறவர்கள் கேலி செய்யப்படுகிறார்கள். அவர்கள் மீது வன்முறை ஏவப்படுகிறது. தனது இனத்தைத் தவிர வேறு எந்த இனமும் முக்கியமில்லை என்று நினைப்பது பாசிசம். இன்றைக்கு அப்படி நினைப்பதைத்தான்

நீதி என்று நம்புகிறோம். மனிதர்களுக்கும் முன்பாகவே இந்த மிருகங்களும் பூச்சிகளும் பறவைகளும் நாய்களும் பூனைகளும் பூமியில் வாழ்ந்துவருகின்றன. இந்தப் பூமியில் நாம் வாழ்வதற்கு எவ்வளவு உரிமை உள்ளதோ அதைவிடவும் அதிகமாக இந்தப் பிராணிகளுக்கு உண்டு. மனிதர்களுக்கும் செல்லப் பிராணிகளுக்குமான பிணைப்பு குறையும்போது மனிதர்களிடம் காட்டு மிருகங்களின் குணம் அதிகரித்துவிடும். அவர்கள் தங்களது தேவைகள் மட்டுமே பிரதானம் என நினைப்பார்கள். இந்த எண்ணத்தோடு வளர்க்கப்படும் தலைமுறை தாங்கள் வளர்ந்தபின் இந்த வெறுப்பையும் வன்முறையையும் மனிதர்களிடம் காட்டுவார்கள். எல்லா உயிர்களையும் நேசிக்கத் தெரிந்தவர்கள்தான் சிந்திக்கத் தெரிந்த மனிதர்கள்.

20. யோயென்பா சிங்—ன் 'தண்ணீர்'

நவீன மனிப்பூரி புனைவெழுத்தாளர்களில் யோயென்பா சிங்கும் குறிப்பிடத் தகுந்த ஒருவர். வடகிழக்கு மாநிலங்களில் ஒன்றான மனிப்பூருக்கு மிக நீண்ட பாரம்பரியமும் வாய்மொழி இலக்கிய வரலாறும் உண்டு. கடல்களுக்குப் பின் அதிகமாக கிறிஸ்துவமயமாக்கப்பட்டது மலைகள்தான். ஆங்கிலேயர்களின் வருகைக்குப் பின்னால் இங்கு அதிகரித்த நவீனக் கல்வி முறை அந்தச் சமூகத்தை மரபும் நவீனமும் கலந்த ஒன்றாக மாற்றியது.

வடகிழக்கு இந்தியாவின் பிற மாநிலங்களிலும் இதே நிலைதான் என்றாலும் மணிப்பூரில் பல்வேறு இனங்கள் வாழக்கூடிய இணக்கமானதொரு சூழல் நீண்டகாலமாக நிலவிவந்தது. ஆனால் கடந்த சில வருடங்களில் அந்தச் சூழல் மாறிப் பெரும் இனக்குழு யுத்தங்கள் நடந்துவருகின்றன. வடகிழக்கு மாநிலங்களின் அழகும் இயற்கை வளமும்தான் இப்போது அவற்றின் துயரங்களுக்கும் காரணமாக இருக்கின்றன.

அவற்றின் இயற்கை வளங்களைக் குறிவைத்து அரசும், கார்ப்பரேட் நிறுவனங்களும் லாப வெறியோடு இந்த நிலங்களைச் சூறையாடிக் கொண்டிருக்கின்றன. நீண்டகாலமாக இந்த மாநிலங்கள் வெளியுலகோடு அதிகம் தொடர்புகொள்ளாமல் பார்த்துக்

கொண்டதற்குப் பின்னால் அரசாங்கத்திற்கு நிறைய மறைமுகத் திட்டங்கள் இருந்தன.

இந்த மாநிலங்களுக்குள் நிகழ்ந்த நீண்டகால இடப்பெயர்வு பழங்குடி மக்களின் எண்ணிக்கையில் பாரிய மாற்றத்தை உருவாக்கின. இன்னொருபுறம் அண்டை நாடுகளிலிருந்து ஊடுருவி வரும் மக்களின் எண்ணிக்கையில் ஆண்டுதோறும் அதிகரித்து வருவதால் குற்றங்களும் அதிகரிக்கின்றன. அந்தக் குற்றங்களுக்கான விலையை அப்பாவி மணிப்பூரி மக்கள் கொடுக்கவேண்டியதாக இருப்பதுதான் துயரம். ஒருபுறம் வேகமான நகர்மயமாதலின் காரணமாக பூர்வகுடிகள் நகரங்களிலிருந்து தூரத்து மலைகளுக்குத் துரத்தப்படுகின்றனர்.

இன்னொருபுறம் அப்படித் துரத்தப்படுகிறவர்களின் மீது நிகழ்த்தப்படும் வன்முறைகளைத் தட்டிக் கேட்க வரும் குழுக்கள் நாளடைவில் ஆயுதத் தாக்குதலின் வழியாக அமைதியற்ற சூழலை உருவாக்கிவிடுகின்றன. வடகிழக்கு மாநிலங்களின் மீது இந்திய அரசும் ஊடகங்களும் இன்னும் சற்றுக் கருணையோடு நடந்துகொள்ள வேண்டுமென்பது என் அபிப்பிராயம்.

'தண்ணீர்' எல்லாக் காலத்திற்குமான மனிதனின் போராட்டம். உலகம் முழுக்கவே பூர்வகுடி மக்கள் தங்களது நிலங்களுக்காகவும் இயற்கை வளங்களுக்காகவும் போராடுவதைச் செய்திகளாக வாசித்துக்கொண்டிருக்கிறோம். பூர்வகுடி மக்கள் அநேக நிலங்களில் நீரைத் தெய்வமாக வணங்குகிறார்கள். அதனாலேயே யார் இலவசமாகக் கேட்டாலும் யோசிக்காமல் தண்ணீர் கொடுத்துவிடுகிறார்கள்.

அதிக மழைப்பொழிவு கொண்ட ஒரு தேசம். மிகுதியாக இருக்கும் மழை வளத்தை அரபு நாடுகளுக்கு விற்பனை செய்யத் தொடங்கும். அதிலிருந்து வரும் பணத்தைக் கொண்டு ஆடம்பரமான வாழ்க்கையை வாழ்வார்கள். நாளடைவில் மழையின் வரவு குறைந்து மக்கள் வறட்சியில் இறக்கத் தொடங்குவார்கள்.

இயற்கை வளங்களின் மீது நாம் ஏன் அக்கறைகொள்வதில்லை? நீர், நிலம், மலை, காற்று என எல்லாவற்றையுமே அசுத்தப்படுத்தி விட்டோம். இந்தப் பூமி உயிர் வாழ ஏற்ற இடமில்லை என்கிற கோஷம் ஒவ்வொரு நாளும் எச்சரிக்கையாக ஒலித்துக் கொண்டிருக்கிறது. ஆனாலும் நாம் ஆழ்துளைக் கிணறு

தோண்டுவதை நிறுத்தவில்லை. மலைகளை உடைப்பதை நிறுத்தவில்லை. தேவைக்கு அதிகமாக இயற்கையைச் சுரண்டி நிர்மூலமாக்கிக்கொண்டிருக்கிறோம்.

இந்தக் கதையில் ஒருவன் நகரத்தில் தண்ணீர் தேடி அலைகிறான். சிலர் அவனைக் கடந்து செல்கிறார்கள். சிலர் அவனைப் பொருட்படுத்தி ஒரு குவளைத் தண்ணீர் கொடுக்கிறார்கள். ஆனால் அவன் தேடுவது அந்தத் தண்ணீரை அல்ல. ஆழ்துளைக் கிணறுகளிலிருந்து எடுக்கப்பட்டு சுத்திகரிக்கப்பட்ட தண்ணீரை பூமியின் கண்ணீர் என்றுதான் சொல்ல வேண்டும். நம் தாகம் கண்ணீரால் நிரப்பப்படுகிறது. இங்கு தண்ணீர் என்பது உருவகம். அவன் தேடுவது குளங்களையும் ஆறுகளையும். பெரும் கட்டடங்கள் விழுங்கிவிட்ட அந்த நீர்நிலைகளைத் தேடிவரும் பறவைகள் தாகத்தோடு வேறு நிலம் நோக்கிச் சென்றுவிட்டன. அவனும் தாகம் கொண்ட பறவையைப் போல் அலைகிறான். திரும்பிய திசையெங்கும் விண்ணை முட்டும் கட்டடங்கள் நிரம்பிய நகரில் எந்தக் குளத்தைத் தேடுவது?

ஷில்லோங்கிலிருந்து சிரபுஞ்சிக்குப் பயணித்துக்கொண்டிருந்தேன். சாலைகள் விரிவாக்கத்திற்காக மலைகள் உடைக்கப்பட்டு காடுகள் அழிக்கப்பட்டிருந்தன. இன்னொருபுறம் அதிகரித்துவிட்ட நிலக்கரிச் சுரங்கங்களினால் காற்று முழுக்க தூசி. பத்து வருடங்களுக்குள் அந்தப் பகுதியில் மழையின் அளவு குறைந்துவிட்டது. எப்போதும் தூறலும் மழையுமாக இருக்கும் சிரபுஞ்சியில் வெயில் நிரம்பியிருந்தது. நான் சபிக்கப்பட்டதொரு நிலத்தைக் கண்டதைப்போல் துயருற்றேன். எங்கோ வெயில் நிரம்பிய நிலத்திலிருந்து சென்றவனுக்கு அந்தக் காலமாற்றம் இத்தனை துயரை அளிக்கக்கூடுமென்றால் ஒரு பூர்வகுடி மனிதனுக்கு இது எத்தனை பெரிய துயர்? இயற்கையின் மீது துளியும் கருணையற்ற ஓர் அரசாங்கம் நெருங்கிவரும் இருண்டகாலத்தைக் குறித்து அச்சங்கொள்ள வேண்டும்.

சூழலியல் குறித்த உரையாடல் உலகம் முழுக்கவே கவனம் பெற்று வருகிறது. இந்தக் கதை எந்தவிதமான எச்சரிக்கைகளையோ விழிப்புணர்வையோ வலியுறுத்தவில்லை. கைவிடப்பட்டவனின் குரலாக மட்டுமே சொல்லப்பட்டிருக்கிறது. ஆனால் இதனை வெறும் மனிதனாகச் சுருக்கிக்கொள்ளாமல் நீர் தேடி அலையும் எல்லா உயிர்களுக்குமான குரலாக நாம் எடுத்துக்கொள்ள

வேண்டும். வடகிழக்கின் வாய்மொழி இலக்கியங்களில் காதலும் வீரமுமே மிகுதியாக வெளிப்படும்.

1930களுக்குப் பின்னர் மணிப்பூரி இலக்கியத்தில் ஏற்பட்ட வளர்ச்சி மரபான கதைசொல்லலோடு நவீன மனிதனின் உளவியலையும் சேர்த்துப் பேசத் தொடங்கியது. தங்கள் நிலங்களில் நிகழ்ந்த நவீனத்தின் வருகை வரமாகவும் சாபமாகவும் மாறிப்போனதை இவரைப் போலவே வேறு சில எழுத்தாளர்களும் குறிப்பிடுகிறார்கள். மணிப்பூரிகளைப் போலவே வடகிழக்கின் பிற பகுதியில் எழுதப்படும் புனைவுகளிலும் இந்த நவீனத்தின் வருகையால் அவர்கள் எதிர்கொண்ட மாற்றங்கள் பதிவு செய்யப்படுகின்றன. வேறு இந்திய நிலங்களுக்கு இல்லாத ஓர் அழுத்தம் எப்போதும் வடகிழக்கில் உண்டு. ராணுவமும் எல்லைப் பாதுகாப்புப் படையினரும் சேர்ந்து உருவாக்கிய அழுத்தம் அது. அஸ்ஸாம் ரைஃபில்ஸ் நீண்ட காலமாக இந்த மக்களின் மீது நிகழ்த்திய வன்முறைகளுக்கு எதிராக 2006ம் வருடம் மணிப்பூரி பெண்கள் தீரமிக்க போராட்டங்களை நடத்தியது இந்திய வரலாற்றில் முக்கிய நிகழ்வு.

ஒரே நேரத்தில் தங்களது வாழ்வாதாரங்களைக் காத்துக்கொள்ளவும் எல்லைப் பாதுகாப்புப் படையினரின் வன்முறைகளிலிருந்து தற்காத்துக்கொள்ளவும் போராடிக் கொண்டிருக்கும் இந்த மக்கள் சமீபத்திய வருடங்களில் அரசியல் சூழ்ச்சியின் காரணமாக நிகழும் இனக்குழுப் போர்களிலும் ஏராளமான உயிர்களை இழந்துவருகிறார்கள். இத்தகையதொரு சூழலிலிருந்து எழுத வரும் படைப்பாளிகளின் கதைகள் வாசிக்கப்பட வேண்டியதும் உரையாடப்பட வேண்டியதும் முக்கியமானது. ‘தண்ணீர்’ என்ற இந்தக் கதை எழுதப்பட்டு நீண்டகாலம் ஆகிவிட்டாலும் என்றென்றைக்கும் பொருந்தக்கூடியதாக இருக்கிறது. தனித்த ஒரு நிலத்திற்கான பிரச்சினையாக அல்லாமல் உலகம் முழுமைக்குமான ஒரு பிரச்சினையை இந்தக் கதை பேசுகிறது.

சிரபுஞ்சியில் இருக்கும் நோஹாகொல்லி அருவியைக் குறித்து காசி பழங்குடி மக்களிடம் ஒரு கதையுண்டு. பல காலங்களுக்கு முன்னால் ஓர் இளைஞன் வேறு இனத்தைச் சேர்ந்த ஒரு பெண்ணைக் காதலித்தான். அவளும் காதலித்தாள். அவர்களது காதலை இரண்டு இனக்குழுக்களும் ஏற்றுக்கொள்ளாததால்

அந்தப் பெண் தற்கொலை செய்துகொள்கிறாள். அவளைப் பிரிந்த துயரத்தில் அவன் அழ, அவனது கண்ணீர்தான் அருவியாகக் கொட்டுகிறது. பல நூறு வருடங்களாக வற்றிப்போகாத அவனது கண்ணீர் சமீபத்திய வருடங்களில் மழையில்லாத காலங்களில் வற்றிப்போய்விட்டது. இயற்கையும் நாமும் வேறு வேறல்ல. இயற்கை நமக்குச் சொல்லும் கதைகளை நாம் கேட்க மறந்தால் நமது கதைகளைக் கேட்க ஓர் எதிர்காலத் தலைமுறை இல்லாமல் போய்விடும்.

★★★

லஷ்மி சரவணகுமார் (40), மதுரை மாவட்டம் திருமங்கலத்தில் பிறந்தவர். வறுமையின் காரணமாகப் பள்ளிப் படிப்பைப் பாதியிலேயே கைவிட்டவர், வெவ்வேறு மாநிலங்களில் கூலியாக வேலை செய்திருக்கிறார். 2007ஆம் வருடம் முதல் சிறுகதையை எழுதியவர் தொடர்ந்து எழுதிவருகிறார். சிறுகதைகள், நாவல்கள், கட்டுரைகள் என வெவ்வேறு இலக்கிய வகைமைகளில் இவரது பங்களிப்பு முக்கியமானது. தமது நூல்களுக்காக ஏராளமான விருதுகளை வென்றுள்ளார். 2014 ஆம் வருடம் தனது வாசகியான கார்கியைக் காதலித்துத் திருமணம் செய்துகொண்டார். முக்கிய நட்சத்திரங்களை வைத்து இவர் எழுதி இயக்கியிருக்கும் வலைத்தொடர் வெளியாக உள்ளது.

'பன்றி வேட்டை' இவரது எட்டாவது நாவல். 2016ஆம் வருடம் தமது 'கானகன்' நாவலுக்காக சாகித்திய அகாதமியின் யுவபுரஷ்கார் விருதை வென்றவர். அதன் பிறகு மீண்டும் அதே காட்டின் பின்னணியில் இந்த நாவலை எழுதியுள்ளார்.

நாவல்கள்:

- உப்பு நாய்கள்
- கானகன்
- நீலப்படம்

- கொமோரா
- ரூஹ்
- ரெண்டாம் ஆட்டம்
- வேட்டை
- பன்றி வேட்டை

குறுநாவல்கள்:

- ஐரிஸ்
- வாக்குமூலம்

சிறுகதைத் தொகுதிகள்:

- நீல நதி
- யாக்கை
- வசுந்தரா என்னும் நீலவர்ணப்பறவை
- மச்சம்
- மஹ்ராஜின் மைதானம்
- போர்க்குதிரை

கவிதை:

- மோக்லியைத் தொலைத்த சிறுத்தை

கட்டுரைகள்:

- சொற்களைத் தவிர வேறு துணையில்லை
- இவர்கள்

தொகை நூல்கள்:

- யானை (தேர்ந்தெடுத்த சிறுகதைகள்)
- லஷ்மி சரவணகுமார் கதைகள் (2007 - 2017)
- தை எழுச்சி சில சாட்சியங்கள்
- முதல் கதை

www.ingramcontent.com/pod-product-compliance
Lightning Source LLC
LaVergne TN
LVHW090359051026
849518LV00006B/2175